ஒரு கை உணவில்...

(நாவல்)

சுப்ரபாரதிமணியன்

நியூ செஞ்சுரி புக் ஹவுஸ் (பி) லிட்.,
41-பி, சிட்கோ இண்டஸ்டிரியல் எஸ்டேட்,
அம்பத்தூர், சென்னை - 600 050.
☎: 044 - 26251968, 26258410, 48601884

Language: Tamil
Oru Kai Unavil...
(Navel)
Author: **Subrabharathimanian**
First Edition: July, 2024
Copyright: Author
No.of Pages: 104
Publisher:
New Century Book House Pvt. Ltd.,
41-B, SIDCO Industrial Estate,
Ambattur, Chennai - 600 050.
Tamilnadu State, India.
Email: info@ncbh.in
Online: www.ncbhpublisher.in

ISBN: 978-81-977725-1-1
Code No. A 5125

₹ 120/-

Branches
Ambattur 044 - 26359906, **Spenzer Plaza (Chennai)** 044-28490027
Trichy 0431-2700885 **Pudukkottai** 04322- 227773 **Thanjavur** 04362-231371
Tirunelveli 0462- 2323990, 4210990, **Madurai** 0452 2344106, 4374106
Dindigul 0451-2432172 **Coimbatore** 0422-2380554 **Erode** 0424-2256667
Salem 0427-2450817 **Hosur** 04344-245726 **Krishnagiri** 04343-234387
Ooty 0423 2441743 **Vellore** 0416-2234495 **Villupuram** 04146-227800
Pondicherry 0413-2280101 **Nagercoil** 04652 -234990

ஒரு கை உணவில்...
(நாவல்)
ஆசிரியர்: **சுப்ரபாரதிமணியன்**
முதல் பதிப்பு: ஜூலை, 2024

அச்சிட்டோர்: **பாவை பிரிண்டர்ஸ் (பி) லிட்.,**
16 (142), ஜானி ஜான் கான் சாலை, இராயப்பேட்டை, சென்னை - 14
☎: 044-28482441

All rights reserved. No part of this book may be reprinted or reproduced or utilised in any form or by any electronic, mechanical, or other means, now known or hereafter invented, including photocopying and recording, or in any information storage or retrieval system, without permission in writing from the publishers.

சமர்ப்பணம்

கவிஞர் தேவேந்திரபூபதி
அவர்களுக்கு...

1

வால் ஒன்று தனக்கு இருந்தால் எவ்வளவு நன்றாக இருக்கும். உடம்பைச் சுற்றி ஆட்டம் போட்டு ஊசியாய் குத்தி அவனின் துரத்தலுக்குப் பயப்படாமல் திரியும் கொசுக்களை விரட்ட இரு கைகள் போதாது. சாட்டைபோல் ஒரு வால் இருந்து துரத்துவதுதான் சவுகரியமாக இருக்கும் என்று நினைத்தான் மதன்.

அந்தக் கொசுக்கள் கற்பகத்தைக் கடிக்குமா. அவள் அப்படி எதுவும் அசவுகரியமாய் உணரவில்லை. சாதாரணமாய்தான் தன் அருகில் உட்கார்ந்திருக்கிறாள்.

கணினியிலிருந்து இறங்கிய பிம்பமாய் கற்பகம் அவன் அருகில் உட்கார்ந்து கொள்கிறாள். தொடை மேல் ஏறி உட்கார்ந்து கொள்கிறாள். பக்கத்தில் நின்று கொள்கிறாள். அவனின் தோளில் கூட குழந்தையாய் ஏறிக்கொள்கிறாள். ஒரு மொத்த உருவத்தின் எடையையும் அவன் உணராத வண்ணம் அவனுடன் இருந்து கொண்டே இருக்கிறாள். சின்ன உருவம்தானே.

இந்தத் தனிமையில் அவளுக்கான துணை கற்பகம்தான். கணினியை இயக்க ஆரம்பித்து அவளுடன் ஹலோ சொன்னால் போதும் இறங்கி வந்து விடுகிறாள். அவன் கணினியை மூடும் வரைக்கும் அவனுடனே இருக்கிறாள்.

“எனக்கு எதுக்கு கற்பகம்ன்னு பேர் வெச்செ”

“ஏன் நல்ல பேர்தானே”

“இல்லெ வடமொழியிலெ ஏதாச்சும் திரிசா, குசாலா, நயன்னு வெக்காமெ பழையகாலத்துப் பேரா வெச்சிருக்கே.”

“என்னமோ வெக்கணுமுன்னு தோணுச்சு,”

“ஏதாச்சும் பொம்பளெ அந்த பேர்லே இருப்பாங்க அதுதா, அவங்க கூட பழகி இருக்க மாட்டே. சரியா பேசி இருக்க மாட்டே. ஆனா பாதிச்சிருப்பாங்க. என்னமோ பாதிப்பு. அந்தப் பேரை வெச்சுட்டே.”

“ஆமா. உண்மைதா”

“சரி அவங்க யாரு?”

கற்பகவல்லி என்ற ஒரு நாற்பது வயதுப் பெண் பஞ்சாயத்து யூனியன் அலுவலகத்தில் தற்காலிக பணியாளராகச் சேர்ந்தாள். கறுப்புதான். ஆனால் புருவம் வெட்டப்பட்டு முகத்தைச் சீராக்கியதில்

அவள் தேவதையாக இருந்தாள். பார்த்த முதல் கணமே அவள் மதனின் மனதில் இறங்கி விட்டாள். பிறகு மூன்று மாதங்களுக்குப் பிறகு அவள் காணாமல் போய்விட்டாள். தற்காலிக வேலை. அதற்குக் கூட சம்பளம் வராமல் பஞ்சாயத்துத் தலைவர் கிருஷ்ணவேணிதான் சம்பளம் கொடுத்தார். கிருஷ்ணவேணிதான் பஞ்சாயத்துத் தலைவர், பெயருக்கு. அவள் கணவர்தான் எல்லா அதிகாரத்தையும் வைத்திருந்தார். கிருஷ்ணவேணி அவ்வப்போது கையெழுத்துப்போட வந்து போவதோடு சரி. ஒரு முறை அம்மா சம்பளம் வர்லே என்று கற்பகவல்லி சொல்லப்போக வேலுச்சாமியிடம் கேட்டார்.

"அவங்களுக்கு சம்பளம் பணம்ன்னு எதுவும் வர்லே. ஞாபகப் படுத்தியிருக்கோம்."

கிருஷ்ணவேணி கையிலிருந்து பணம் தந்தார். மூன்றாம் மாதமும் பணம் வரவில்லை என்று தெரிந்தபோது வேலுச்சாமியிடம் கற்பகத்தினை வர வேண்டாம் என்று சொல்லிவிடும்படிச் சொல்லி விட்டார். ஒரு தற்காலிக பலி.

கற்பகம் அங்கே வேலை செய்து கொண்டிருக்கும்போது பஞ்சாயத்து அலுவலகத்திற்கு வில்லேஜ் பஞ்சாய்த்து டெலிபோன் திட்டத்தின் கீழ் ஒரு தொலைபேசி ஏற்பாடாகியிருந்தது. அதற்கான வேலைகளுக்காகச் சென்றபோது சந்தித்தான்.

"பொதுமக்களுக்கானது இது. ஐம்பது பைசா கட்டணம், அதிலே முப்பது சதம் மட்டும் எங்க டிபார்ட்மெண்டுக்குக் கட்டணும். பேச வர்றவங்களுக்கு ரசீது தரணும். கவர்மெண்ட் போன். நீங்களும் பயன்படுத்தலாம்."

ரசீது புத்தகத்தைக் கொடுத்தான். பின்னால் போகிறபோது ரசீது சரியாகத் தரப்படுவதில்லை என்பது தெரிந்தது.

"ரசீது தரணும்"

"வர்றவங்க பேசிட்டுப் போயிர்ராங்க. யாருக்குத் தர்றது?"

"எவ்வளவு கால்லுன்னு தெரிஞ்சுட்டு ரசீது எழுதி கிழிச்சு கூடப் போட்டர்லாம்."

"அதெல்லாம் பண்றதுக்கு இன்னொரு ஆளு வேணும்"

"என்ன?"

"இன்னொரு கற்பகம் வேணும் அதுக்குன்னு தனியா"

"கற்பகம்தா உங்க பேரா?"

"ஆமா கற்பகத் தரு. செல்வம் கொழுக்கும் பேரு. ஆனா..."

வருத்தம் தொனிக்க அவள் சொன்னாள். தொலைபேசி நிலையத்திற்கு பணம் கட்ட வந்து பில் தொகையைக் கொடுப்பாள். நகரத்தின் முக்கியத் தொலைபேசி நிலையத்திற்குப் போகிறபோது கட்டிவிட்டு வருவான். மதன். இதுபோல் தொலைபேசி பில்கள் கட்ட அந்த கிராமப்பகுதி மக்கள் தரும் பணத்தை அவ்வப்போது நகரத்திற்குப்போய் கட்டிவிட்டு வருவான். பல சமயங்களில் கையில் பணம் இல்லாதபோது அந்த பில் தொகைகள் அவனின் செலவுக்கென்று ஆகும். மெதுவாகக் கட்டும்போது ரசீதுக்கென்று வருபவர்கள் முகம் சுளிக்கிறபோது சங்கடப்பட்டு "நாளைக்குக் கட்டிர்றன்... சிட்டி டெலிபோன் எக்ஸ்சேஞ் போயி பணம் கட்ட நேரம் கெடைக்கலே. நெறைய கேபிள் கட்டாயிருச்சு. நெம்பரை செரி பண்றதா... இதைப் பாக்கறதா. டெலிபோன்தா, நெம்பர்தா முக்யம்" என்று சமாளிப்பான்.

"உங்க பேரைப்பத்திச் சொன்னீங்க. என் பேரு மன்மதன். ஆனா ஸ்டெயிலா நான் மதன்னு சொல்லிக்கறதுண்டு. பொறக்கும்போது மன்மதன்னு வெச்சுட்டாங்க. ஆனா பின்னாலே நான் அழகனா வருவனான்னு சந்தேகம் வந்திருச்சுன்னு எங்கம்மா சொல்லியிருக்காங்க... நான் சுமாரான அழகன் தான். அதனாலெ மன்மதன்னு சொல்லாமே மதனாயிட்டன்."

"நானுந்தா சுருக்கிட்டேன் மதன்... என் முழுப்பேரு கற்பகவல்லி... வள்ளியில்லெ. வல்லி"

"எது உங்க பேரா இருந்தாலும் அழகாத்தாயிருக்கும்"

"வாழ்க்கை அப்படி அமையலையே மதன்"

அவளின் வாழ்க்கையினைப் பற்றி விரிவாகச் சொல்லவில்லை. அதற்குள் வேலையை விட்டு நின்று விட்டாள்.

அவள் ஒருதரம் கேட்டாள்

"ஒரு உடம்பிலே உயிர்க ரெண்டு இருக்குமா?"

"அது எப்படி இருக்கும்?"

"இருக்குதாமா. பேய், பிசாசுன்னு ஒண்ணு உடம்பிலெ ஒட்டிட்டா ரெண்டு ஆச்சே"

"அட புதுசா இருக்கே"

"என் உடம்பிலெ ரெண்டு உயிர்க இருக்குன்னு எங்க வீட்டுக்காரர் சொல்வார். எங்க பிரிவுக்கு அதுதா காரணம். அந்தப் பேயை அவராலெ வெரட்ட முடியலே. என்னை விரட்டிட்டார்."

கணினியில் ஓடிக்கொண்டிருந்த அந்த பொம்மைத் திரைப்படத்தை நிறுத்தியபோது கற்பகம் மறைந்து போனாள்.

அவனுக்கு ஆறுதலாக இருப்பவர்களெல்லாம் அப்படித்தான் மறைந்து போகிறார்கள். அந்த பொம்மைத் திரைப்படத்தில் ஒரு வலிய உருவம் ஒரு சிறுவனை சவுக்கால் அடித்துக் கொண்டிருந்தது அது மதனுக்குப் பிடிக்கவில்லை.

அவன் எட்டாம் வகுப்பு முடிந்து வேலைக்குப் போ என்று அவன் அப்பா துரத்தியபோது ஒரு பஞ்சாலையில் அவன் தற்காலிகமாய் வேலைக்குச் சேர்ந்தான். அவனோடு பத்துச் சிறுவர்கள் எடுபிடி வேலைக்கு இருந்தார்கள். பஞ்சாலை மேஸ்திரி அவர்களில் யாரையாவது அடிக்க வேண்டும் என்றால் மதனைக் கூப்பிட்டு அடிப்பார். எல்லாருக்கும் விழுகிற அடின்னு ஞாபகம் இருக்கட்டும் என்பார். அந்த அடிக்குப் பயந்துதான் அவன் அங்கிருந்து ஓடி வந்தான். நல்லவேளை அம்மாவின் கருணையால் அவன் அடுத்த ஆண்டில் பள்ளிக்குப் போக முடிந்தது. அப்பா லாரி ஒன்று இடித்து விட்டுப்போனதால் படுக்கையில் கிடந்ததால் அவன் வேலைக்குப் போவதைப் பற்றி அக்கறை கொள்ளாமல் அம்மாவின் போக்கில் விட்டு விட்டார். அம்மா ஒரு தெய்வம்தான்.

கற்பகம் கூட ஒரு தெய்வம்தான். அழகு தெய்வம். அவன் நாற்காலியிலிருந்து எழுந்து வாசலுக்கு வந்து மரங்கள் அடர்ந்த சுவரோரம் பார்த்தபோது ஏதோவென்றின் வேர் சுவரில் படர்ந்து விரிசலை ஏற்படுத்தியிருப்பது தெரிந்தது.

2

பிறந்தநாள் கொண்டாட்டத்திற்கான ஆயத்தங்கள் அந்த வீட்டின் முகப்பில் தென்பட்டன. மாலை நேரம். அபூர்வமான ஈரமான காற்று கொஞ்சம் வீசி அலைந்து திரிந்துபோனது. வாசலின் முகப்பில் இருந்த பல வர்ணக் கோலத்தில் யாருக்கோ பிறந்தநாள் வாழ்த்து தெரிவித்து இருந்தார்கள். வாசலின் முகப்பில் தொங்கவிடப்பட்ட பலவிதமான வர்ணத்தாலான காகிதங்கள் விசித்திர உருவங்களைக் காட்டிக்கொண்டிருந்தன.

உள்ளிருந்து கரகரப்பான குரல்கள். அதற்குப் பின்னால் வெளியே ஓடிவந்த நான்கைந்து சிறுவர்கள் ஒருவரையொருவர் துரத்திக்கொண்டு விரைந்து வீதியில் ஓடினார்கள். கிரிச்... சப்தத்துடன் இரட்டை சக்கர வாகனம் ஒன்று சென்றது.

"பார்த்து ஓடுங்க ஓடுங்க... கவனம் போதாது"

வாகனத்தில் வந்தவர் முகத்தில் மாஸ்க் அணிந்து இருந்தார். சோர்வான முகத்துடன் இதைச் சொன்னார்... அவரின் கால்களை எங்கே வைப்பது என்பதுபோல் ஒரு நிமிடம் அங்கேயே நின்று தனது வலது பக்கக் காலை மெல்ல உயர்த்தி மறுபடியும் வாகனத்தை முடக்கினார்.

"எல்லாரும் மாஸ்க் போடுங்க தயவுசெய்து போட்டுக்கோங்க"

மெல்ல நகர்ந்தபோது அவர் சொல்லிக் கொண்டிருந்தார். ஒவ்வொருவரையும் பிடித்து தங்கள் லட்சியங்களை நிறைவேற்றிக் கொள்ள ஓடிக் கொண்டிருந்த சிறுவர்கள் ஒரு நிமிடம் வாகன ஓட்டியின் பின்புறத்தை ஏகதேசம் பார்த்தார்கள். இடுப்பில் கைகளை வைத்துக்கொண்டு நின்று இருந்த பதினைந்து வயதுப் பையன் "ஆமாம் மாஸ்க் போடலாம் இல்ல... எதுக்கும் போட்டுக்கலாம் யாராச்சும் வந்து புடிச்சா என்ன பண்றது" என்றான்.

"இங்க எல்லாம் வர மாட்டாங்க. மெயின் ரோட்டுக்கு போனா தான் சிரமம். பைன் வுழும்"

மதன் தன் முகத்தில் இருந்த முகக்கவசத்தைத் தொட்டுப் பார்த்துக் கொண்டான். முகக் கவசம் சரியாகப் பொருந்தி வந்து விட்டது போல இருந்தது.

உள்ளூர் பனியன் கம்பெனி துணியில் செய்யப்படும் முகக் கவசத்தைத் தான் அவன் அணிந்து இருந்தான் அது சற்ற இறுக்கமாக இருப்பதாகத் தோன்றியது.

வீதியில் முகக் கவசங்கள் முப்பது ரூபாய்க்குக் கிடைத்தன. ஆனால் விசேஷமான கோவிட் 90 கவசங்கள் அவனுக்குக் கிடைக்கவில்லை. அது இருநூறு ரூபாய்க்கு மேலாக இருக்கும் என்றார்கள்.

முகத்திலிருந்து நீண்டு மூக்கையும் வாயையும் சற்று ஆசுவாசப்படுத்திக் கொள்ளும்படி அந்த முகக்கவசம் இருக்கும். அதெல்லாம் வாங்க முடியுமா என்று தெரியவில்லை ஆனால் இரண்டு நாள் முன்பு தலைமைச் செயலாளர் தந்த அறிக்கையில் திருப்பூர் கவசம் அங்கீகரிக்கப்பட்டது அல்ல. கவசம் என்றால் இரண்டு மூன்று மடிப்புகள் இருக்கவேண்டும் அதுதான் கிருமித் தொற்றிலிருந்து காப்பாற்றும். எனவே பாதுகாப்பானதைப் போட்டுக் கொள்ளும்படி அவர் அறிவுரை சொல்லி இருந்தார். ஆனால் ஐக்கிய நாட்டு சபை தந்திருக்கிற முகக்கவசத்திற்கான துணிகளின் வகைப் பட்டியலில் திருப்பூரில் உற்பத்தியாகும் முகக்கவசங்கள் ஏற்றதுதான் என்ற

செய்தியை சிலர் குறிப்பிட்டுக் காட்டி இருந்தார்கள். ஏன் இந்த வேஷம்... திருப்பூரில் உற்பத்தியாகும் முகக் கவசங்களை தவிர்க்கிற முயற்சியா. அல்லது பெரும் கம்பெனிகள் உற்பத்தி செய்யும் முகக் கவசங்களைத் தான் வாங்க வேண்டுமா... ஏன் இந்த மாறுபாடு... என்று வாட்ஸ் அப்பில் பல செய்திகள் வந்திருந்தன என்பது அவனுக்கு ஞாபகம் வந்தது.

அவன் கைகள் எதேச்சையாக முகத்துக்குப் பக்கம் சென்றபோது ஏதோ உள்ளுணர்வு சொல்ல கைகளை தாழ்த்திக் கொண்டான். மூக்குக்குப் பக்கமிருக்கும் சுவாசப் பாதையை தொடக்கூடாது. அது தொற்று ஏற்படுத்தும். இருமல், சளி, தும்மல் இருப்பவர்களிடம் இருந்து விலகி இருக்க வேண்டும் என்பதை அப்போது அவன் சொல்லிக் கொண்டான். கொரானா கால வித்தை.

ஆரவாரத்துடன் மறுபடியும் அந்தப் பிறந்த நாள் கொண்டாட்ட வீட்டிற்குள் சென்றார்கள். மதனுக்கு நடந்துபோக வேண்டும் என்று தோன்றியது. அதுதான் மெல்ல நகர்ந்து விட்டான்.

இந்த மாதத்தில் ஒரு பெரிய கொண்டாட்டத்தை அவன் நினைவில் வைத்திருக்கவில்லை. கல்லூரியில் படித்த அவனின் நெருக்கமான நான்கு நண்பர்கள் 2020இல் சந்திப்பது என்று பத்து ஆண்டுகளுக்கு முன் முடிவெடுத்திருந்தார்கள். அந்த நாளும் கடந்துபோனது. பத்து வருடங்களில் அவர்களின் வாழ்க்கை திசை மாறியிருக்கும். எல்லோரும் நல்ல வசதியானவர்களாக மாறிப்போய் விட்டார்கள். நாலைந்து ஆண்டுகளாகவே எவரும் தொடர்பிலில்லை.

பலருக்கும் அது மறந்துபோய்விட்டது. ஆச்சர்யமாகத்தான் இருந்தது. அது மதனுக்கு ஞாபகம் வந்தது. கொரானா காலத்தில் போக்குவரத்து முடக்கம்... வேலை சிரமங்களால் அது பற்றி அவனும் அக்கறை எடுக்கவில்லை.

எல்லோரும் சந்தித்திருந்தால் இந்த பிறந்த தினக்கொண்டாட்டம் போல் அதுவும் அமைந்துவிட்டிருக்கும்.

பெட்ரோல் விலை வேறு தொண்ணூறு ரூபாய்க்கு மேல் ஆகிவிட்டது அவன் வேலை செய்யும் தொலைபேசித் துறையில் அவனை ஒத்த தற்காலிகத் தொழிலாளர்களுக்கு எட்டு மாதமாய் எந்தச் சம்பளமும் தரவில்லை. ஒரு தரம் வேலைநிறுத்தம் செய்து பார்த்தார்கள். தாமதமாய் சம்பளம் வந்தது. ஆனால் இப்போது நீண்ட இடைவெளி ஆகிவிட்டது. பெட்ரோல் செலவைக் கட்டுப்படுத்தலாம் என்று அவன் இரட்டை சக்கர வாகனத்தை இயக்குவதை இரண்டு நாட்களாகத் தவிர்த்து அங்கங்கே வெளியில் போகும்போது நடந்து கொண்டிருந்தான்.

முன்பெல்லாம் அந்தக் கிராம தொலைபேசி நிலையத்தில் வேலை இருக்கும் என்று பத்து மைல் சுற்றளவுக்கு அவன் அலைவான். பெட்ரோல் கணக்கை மனதில் கொள்ள மாட்டான். ஏதாவது வகையில் வருமானம் இருந்து கொண்டே இருக்கும். டெலிபோன் வைத்திருப்பவர்கள் பிரச்சனை என்று வந்து விட்டால் ஏதாவது அன்பளிப்பு கொடுப்பார்கள். அவர்களின் எண் சரியாகிவிட்டால் போதும் என்ற மனநிலையில் இருப்பார்கள் அவர்களுக்கெல்லாம் இன்டர்நெட் என்பது முக்கியமாகத்தான் இருந்தது. ஆனால் இப்போது வெவ்வேறு வகையான தொலைபேசி ஆபரேட்டர்கள், நிறுவனங்களைச் சார்ந்தவர்கள் வந்து விட்டார்கள் அதனால் லேண்ட்லைன் - தரைவழி எண்கள் பெருமளவு குறைந்து போய்விட்டன. தனியாருக்கு போய்விடும் என்ற பயம் எப்போதுமே இருந்து கொண்டே இருந்தது.

அவன் பல ஆண்டுகளாகத் தற்காலிக தொழிலாளியாக வேலை செய்து வந்தான். ஏதோ ஒரு வகையில் நிரந்தர வேலை கிடைக்கும் என்று நம்பி இருந்தான். தொண்ணூறு நாட்கள் தொடர்ந்து வேலை செய்தால் போதும் நிரந்தர வேலை கொடுக்க வேண்டும் என்று சட்டங்களைப் பற்றி அவ்வப்போது சொல்லிக் கொண்டிருந்தார்கள். ஆனால், அவன் பதினைந்து ஆண்டுகளாக செய்துவந்த இந்த வேலையால் எந்தப் பலனும் இல்லாமல் போய்விடும் என்பதுபோல் இப்போதெல்லாம் பயம் வர ஆரம்பித்தது. முன்பெல்லாம் கேபிள் ஃபால்ட் என்று வந்துவிட்டால் குழி தோண்ட ஆட்கள் இருந்தார்கள். ஆனால் இப்போது அவனும் துரைசாமியும் மட்டுமே எல்லா வற்றையும் செய்ய வேண்டி இருந்தது.

முன்பெல்லாம் ஒரு குழி தோண்டி கேபிள் ஃபால்ட் பார்ப்பதற்காக இருந்த தொகை கணிசமாக இருந்தது. இப்போது அதை மாதத் தொகையாக, சம்பளம்போல் மாற்றி விட்டார்கள். அது சம்பளமாக, பெரும் நஷ்டம் ஏற்பட்டது. தனிப்பட்ட முறையில் முன்பு வீதிகளின் விரிவாக்கம், சாலைகள் போடப்பட்டது என்று வருகிறபோது கேபிள்களை குடிநீர்த் துறை நெடுஞ்சாலைத் துறை, மின்சாரத்துறை அங்கங்கே வெட்டிப் போட்டு விடுவார்கள். இதைத் தவிர தனியார் தொலைபேசி நிறுவனங்களும் வெட்டிப் போட்டுவிடுவார்கள். அப்போதெல்லாம் அவற்றைத் துரிதமாக சரி செய்வதில் தீவிர உழைப்பு வேண்டியிருந்தது. அதே சமயத்தில் கணிசமான வருமானம் இருந்தது. இப்போது அந்தத் தொகை குறைந்துபோய் சொற்பம் என ஆகிவிட்டது.

சங்கர் ஓய்வாக இருந்தால் அவனைக் கூப்பிடுவான். டிகிரி படித்து வேலை கிடைக்கல. அதனால கூட வந்தன் என்பான். சிலசமயம் சங்கர் வெயிலில் அலைவதைத் தவிர்த்து என்னால் முடியல என்று தப்பித்துக்

கொள்வான். ஆனால் பணம் ஏதாவது வேண்டும் என்று வருகிறபோது அவனாகவே வந்து. மதனுடன்வேலை செய்ய ஆரம்பிப்பான்.

சற்று தூரம் நடந்தபோது தேவரிஷி அறிவுத்திருக்கோயில் வாசல் பிளக்ஷில் கைகளை விரித்தபடி ஆசிர்வாதம் என்கிற வகையில் ஏதோ சொல்லிக் கொண்டிருப்பது தெரிந்தது. அறிவுத் திருக்கோயிலில் நடக்கும் உடல் பயிற்சிகள் பற்றி பல்வேறு பிரசுரங்கள் அவனுக்கு அவ்வப்போது கிடைத்திருக்கின்றன. ஆனால் ஒருமுறைகூட அவன் பயிற்சிக்காகச் சென்றதில்லை.

எட்டு மாதமாய் சம்பளம் வரவில்லை... எனவே தற்காலிக ஊழியர்கள் வேலைக்குச் செல்ல வேண்டாம் என்று தொழிற்சங்கம் அறிவித்துவிட்டது. கொரானா காலம். பணியாளர்கள் அபூர்வமாக வந்து சென்றார்கள். இந்தச் சமயத்தில் முழுக்க வேலையை கைவிட்டு வெளியில் நடமாடுவது நன்றாக இருக்காது என்று அவனின் மனசாட்சி உறுத்தியது. ஆனால் வேறு வழியில்லை. தொழிற்சங்கத்தின் கட்டளைக்கு அடிபணிய வேண்டும் இல்லாவிட்டால் சம்பளத்திற்கு உத்தரவாதம் இல்லாமல் போய்விடும்.

ஒரு வாரம் ஆகிவிட்டது தொலைபேசி அழைப்புகளை அவன் செவிசாய்க்கவில்லை. என்ன ஆனது என்று கூட அவன் தொலைபேசி நிலையம் பக்கம் போகவில்லை போக வேண்டாம் என்று தொழிற்சங்கத்தினர் வலியுறுத்திவிட்டார்கள். ஆனால் இந்த வேலை நிறுத்தம் முடிகிறபோது செய்யாமல் விட்டதால் நிறைய வேலைகள் வந்து சேர்ந்துவிடும் என்பது அவனுக்கு பயம் வந்தது வேறு வழியில்லை.

திருக்கோயிலின் உள் வாசலில் நுழைந்து அங்கிருக்கிறப் படங்களை பார்த்துக் கொண்டிருந்தான். பலர் ஆசீர்வாதம் செய்து கொண்டிருந்தார்கள். வெவேறு வகையான நிலைகளில் யோகாசனங்கள் செய்து கொண்டிருந்தார்கள். உள்ளறையில் இருந்து வந்த ஒருவர் ஒரு பிரசுரத்தை அவனிடம் தந்தார்.

“இதுவரையில் பயிற்சி எடுத்து இருக்கிறீர்களா?”

“இல்லை.”

“நாளையிலிருந்து புது பயிற்சி ஆரம்பிக்குது. பத்துநாட்கள் வாங்க.”

“இலவசமாவா?”

“இல்லைங்க கொஞ்சம் கட்டணம்தான் முந்நூறு ரூபாய் தான். காலைல ஆறு மணிக்கு வந்தீங்கன்னா எட்டு மணி வரைக்கும் இருக்கும். நல்ல பயிற்சி. வாழ்க்கை பூராவும் பயன்படும்.”

சங்கர் இருந்தால் அவனுக்குக் கூடப் பயன்படலாம். வேலை இல்லாத பிரச்சனை. மன உளைச்சல் என்று அவன்தான் அலைந்து கொண்டிருந்தான். இப்போது இந்த கொரானா காலத்தில் தொழிற் சங்கங்களின் வலியுறுத்தல், வேலை நிறுத்தம் காரணமாக நேரம் வாய்க்கும்... இங்கு சேரலாம். இந்த முப்பது வயது வரை எந்தப் பயிற்சியும் இல்லாமல் கடந்து விட்டது ஞாபகம் வந்தது. நடைப்பயிற்சி என்பது கூட அபூர்வமாகவே வாய்க்கிறது.

"சரி வந்திருங்க... பேர எண்ட்ரி பண்ணிக்கலாமா."

சங்கரின் பெயரைக் கூட சொல்லலாமா என்று நினைத்தான். ஆனால் தொடர்புகொள்ள முடியாமல் போய்விட்டால் வீணாகிவிடும். கூப்பிட்டு கூட கேட்கலாம். அவனின் கைகள் கைபேசியைத் தேடின. பேண்ட் பாக்கெட், சட்டை பாக்கெட்டில் கிடைக்கவில்லை, அறைக்குச் சென்று சங்கருக்கு தொலைபேசியில் அழைப்பு தர வேண்டும் என்று நினைத்துக்கொண்டான்.

திருக்கோயில் முகப்பில் இருந்த கொடிக்கம்பம் ஒன்று அவனுக்கு வினோதமாகப் பட்டது.

"நீங்களும் கொடி எல்லாம் வைத்திருக்கிறீர்களா"

"ஆமாம் அமைதிக்கான கொடி. நலவாழ்வுக்கான கொடி" என்றார் பிரசுரம் கொடுத்தவர்.

"இது அமைதிக்கான இடம். உடல் நலத்துக்கான இடம். நாளைக்கு ஆறு மணிக்கு முன்னேயே வந்துருங்க."

சங்கருடன் அங்கு வந்தால் நன்றாக இருக்கும் என்று யோசிக்க ஆரம்பித்தான் மதன்.

3

"**ச**ங்கீதத்தால் என்ன செய்துவிட முடியும். என்று பலரும் பல சமயங்களில் கேட்கிறார்கள். எவ்வளவோ செய்துவிட முடியும் உங்களை என்பக்கம் கொண்டு வந்து உட்கார வைத்திருக்கிறதே."

வாவிபாளையம் பேருந்து நிலைய பெஞ்சின் முனையில் உட்கார்ந்து பாடிக்கொண்டிருந்த அந்த நாற்பது வயதுக்காரர் முகத்தில் அடர்ந்திருந்த தாடியைச் சொறிந்தபடியே சொன்னார்.

"நீங்க யாருன்னு தெரியாது. மெய்மறந்து கேட்டீங்க. சந்தோசம். ஒரு பாடகனுக்கு வேறென்ன வேண்டியிருக்கு... ஒரு எழுத்தாளனுக்கு எங்காவது இருக்கற ஒரு வாசகன் கெடச்சாப்போதும், பாடகனுக்கும்

எங்காச்சுமொரு ரசிகன் இருப்பான்னு நெனச்சுதா பாடுவான். ரசிகன் கிடைப்பான்."

"இன்னொரு தரம் பாடுங்க."

தன்னை ஸ்திரமாக்கிக் கொள்பவன்போல் சங்கர் துருவேறியிருந்த பெஞ்சில் சாய்ந்து கொண்டே சொன்னான். அது விழப்போகும் சொத்தைப்பல் போல் சற்றே ஆடி ஓய்ந்தது. அவனின் டீ சர்ட் வயிற்றுப் பக்கம் சுருங்கி சலித்துக் கொண்டது.

"சரி பாடறேன்" தொண்டையைச் செருமிக்கொண்டார். மயிர்கள் அடர்ந்த காட்டுப்பகுதி போன்ற இடத்தில் தொண்டைக் குமிழி கீழிருந்து மேலேறி ஜாலம் காட்டிக் கொண்டது

"என்ன கவி பாடினாலும்
உந்தன் மனம் இரங்கவில்லை
இன்னும் என்ன சோதனையோ...
அன்னையும் அறியவில்லை
தந்தையோ நினைப்பதில்லை"

"ஆகா அருமை என் நிலைமைய அப்பிடியே பாடுனீங்க."

"நான் அப்பன் ஈசனை மனசிலெ வெச்சுப் பாடறேன்."

"நான் எங்க அப்பா அம்மாவை மனசிலெ வெச்சு இந்தப் பாட்டெ நெனச்சுட்டேன்."

"எல்லாருக்கும் ஈசனும் அம்மையும் தா எல்லாத்துக்கும்."

வலது பக்க வீட்டு முகப்பில் அடர்ந்திருக்கும் குல்மொஹர் செடியின் அடர்த்தி இரவு நேரத்தின் நிழலில் ரகசியம் காப்பதாகத் தோன்றியது. பிரதான வீதிப்பக்கம் வருகிறபோதெல்லாம் அந்த போகன் குல்மொஹர் செடியின் கீழ் நின்று ஒரு நிமிடம் வேடிக்கை பார்த்தபடிச் செல்வான். எவ்வளவு அடர்த்தியாக அது பூக்களைச் சொரிந்து தன்னை அழகாகக் காட்டிக் கொள்கிறது என்பது அவனுக்கு ஆச்சர்யமே தரும். அப்போதும் அந்த இருட்டு நிழலைப் பற்றி நினைத்துக்கொண்டான்.

வீதி, வாகனங்களின் நடமாட்டமின்றி இருந்தது. வானத்தில் நட்சத்திரங்களின் சிமிட்டல் வெளிச்சத்தைப் பரப்பிக் கொண்டிருந்தது. வீதி, நீண்ட சேலையை விரித்து விட்டதைப்போல் கிடந்தது. பாடகரின் கை பரபரத்து அழுக்கடைந்த பேண்டில் எதையோ தேடியது.

“செல் போன் சத்தம் போடுதே. எனக்குப் பாராட்டு சொல்லுது போலிருக்கு.”

“எனக்குக் கேட்கலையே.”

“வைப்ரேசன் மோட்லே போட்டிருக்கேன்.” அவரின் வலது கை சட்டையிலும் பேண்டிலும் அலைந்து சலித்தது.

“சத்தம் நின்னு போச்சு. பாராட்டி கைதட்டி முடிச்சிட்டாங்க போலிருக்கு. வெறும் சோற்றுக்கு வந்த பிழைப்புலே இப்படி நெனைக்கறது கொஞ்சம் ஆசுவாசம்.”

அவர் ஹா... ஹா... என்று சிரித்துக் கொண்டார். அவரின் வெண்மையான பற்கள் பளிச்சென்று தெரிந்தன. அவரின் தாடிக்குள் அவை ஒளிந்திருந்து ஜாலம் காட்டுவதாக இருந்தது. சங்கருக்கு அவனின் கைபேசியை வீட்டிலேயே விட்டுவிட்டு வந்துவிட்டது ஞாபகம் வந்தது.

க்ரீச் சப்தத்துடன் காவல்துறை வாகனம் ஒன்று சாலையின் ஓரத்தில் நின்றது. அதிலிருந்து திமுதிமுவென நாலைந்து பேர் இறங்கி பேருந்து நிறுத்த பெஞ்சு அருகே வந்தார்கள்.

“என்னடா பண்றீங்க.”

“பாட்டு பாடறேன் சார்.”

“பாட்டு கேக்கறேன் சார்.”

“என்னடா கொரானாப் பாட்டா.”

“**என்ன கவி பாடினாலும்**

உந்தன் மனம் இரங்கவில்லை.”

“கொரானா லாக் டவுன் இருக்கற ராத்திரியிலெ இந்த நேரத்திலெ இதெல்லாம் என்னடா வேடிக்கை காட்டறீங்களா?”

இருவர் அவர்களின் தோள் பகுதியைப் பிடித்திருந்தார்கள். அவர்களின் கைகள் இறுகி அவர்களின் முரட்டுப் பிடியைக் காட்டின.

“அய்யா கிட்ட வந்து சொல்றா உங்க பாட்டையும் ரசனையையும்.”

ஒரு வித முனகலுடன் பாடகர் முன் நகர்ந்தார். அவரின் வாய் முணுமுணுப்பில் ஏதோ பாடல் இருந்தது.

மதனின் கைபேசி அழைப்பு சங்கரின் கைபேசியில் எங்கோ ஒலித்துக் கொண்டேயிருந்தது.

4

கண்களை மூடிக்கொண்டு தியானத்தில் இருக்கச் சொன்னார்கள். முதலில் உங்களுக்குத் தெரிந்த வகையில் தியானத்தில் இருங்கள். பிறகு எங்கள் முறையைச் சொல்லித் தருகிறோம் என்றார்கள். கண்களை மூடிக்கொண்டான் மதன்.

கால்களை மடக்கித் தரையில் உட்காருவது சிரமமாகத்தான் இருந்தது. தொடையில் ஒரு வித வலி கிளம்பியது. இப்படி உட்கார்ந்து பல நாட்களாகிவிட்டன. கேபிள் வேலை செய்யும்போது இப்படித் தரையில் மண்ணோடு, புழுதியோடு உட்கார்ந்திருக்கிறான். மற்றபடி டேபிளின் துணையோடு இன்னொரு காலாய் துணைக்கு ஏதாவதுடன்தான் உட்காருவது சாதாரணமாகிவிட்டது அவனுக்கு. தொடையிலிருந்து ஒரு வித வலி உடம்பிற்குள் புகுந்தது.

கண்களை மூடிக்கொண்டான். எதை நினைத்துக் கொள்வது. மலரை நினைத்துக் கொள்ளலாமா. தனக்குப்பிடித்த பெண்களை நினைத்துக் கொள்ளலாமா. எதிரில் பெரிய படத்தில் இருக்கும் சாமியாரை நினைத்துக் கொள்ளலாமா... கண்களில் பூச்சி பறப்பது போலிருந்தது.

தியானத்தில் ஈடுபட மனம் மறுத்ததுபோல் மனது காற்றில் சிரமப்படும் வண்ணத்துப்பூச்சியைப் போல் அலைக்கழிந்தது.

இந்தத் தற்காலிக வேலை நிறுத்தம் எப்போது முடியும். சம்பளம் வரவில்லையென்றாலும் வெளியே தொலைபேசி பழுது, கேபிள் பழுது என்று போகிற போது சின்னதாய் எப்படியும் காசு கிடைத்துவிடும். பெட்ரோல் செலவுக்கும், சாப்பாட்டுச் செலவில் ஒரு பகுதிக்கும் சரியாகிவிடும். அதுவும் கேபிள் பழுது என்று போகிற போது தேனீரும் பண்ணும் போண்டா, வடையும் சாப்பாட்டைத் தேவையில்லாமல் செய்துவிடும். சாப்பாட்டுச் செலவு அதனால் குறைகிறது என்று ஒரு வகையில் ஆறுதல் வந்தாலும் அப்படி எதுவும் இல்லை என்று மனது சொல்லிக்கொள்ளும். கேபிள் பழுதாகி தொலைபேசி எதுவும் எட்டு மணி நேரத்திற்குப் பிறகு போகக் கூடாது. அப்படி நீண்டு விட்டால் உயர்மட்ட நிர்வாகத்திற்கு அபராதத் தொகை கட்ட வேண்டும் என்ற நடைமுறை வந்துவிட்டது. அதனால் அப்படி நீடிக்கும் கேபிள் பழுதோ தொலைபேசிப் பழுதோ இல்லாதபடி கணினியில் அவற்றை சரிசெய்து விட்டதாக மாற்றியமைக்க வேண்டும். திரும்பத் திரும்ப அவை வருகிறபோது சிரமம்தான்.

எட்டுபேர் வேலை செய்து வந்த அந்தக் கிராமப்புற தொலைபேசி நிலையத்தில் இப்போது மூன்று பேர்களாக ஊழியர்கள் குறைந்து

விட்டார்கள். அதிகாரியாக இருந்த இளம் பெண்மணிக்கு கிராமப்புறங்களுக்குப் போய் அலைவதில் அக்கறையில்லை. பெரிய காவல் துறையின் அதிகாரியின் மகள். வசதியான குடும்பம் எழுபது கிலோ மீட்டர் தூரத்திலிருந்து காரில் வந்து போய்க்கொண்டிருந்தார். அலுத்துப்போனது போல் மேல் படிப்புக்குப் போவதாகச் சொல்லி துறையிடம் அனுமதி கேட்டாள். கிடைக்கவில்லை. கடந்த ஆறு மாதங்களாய் உடல்நலக்குறைவு எனக் காட்டி நீண்ட விடுப்பில் இருந்தார். இடை நிலையிலான இரண்டு ஊழியர்கள். கோவையில் இருந்து பேருந்திலோ, தொடர் வண்டியிலோ வருபவர்கள். முடிந்தால் வருவார்கள். இல்லையென்றால் விடுப்போ அனுமதியோ பெற்றுக் கொள்வார்கள்.

“மதன் நீயே பாத்துக்கோ” என்று சொல்லி நழுவிவிடுவார்கள். ஏதாவது கடன் வேண்டும் என்றால் உதவி செய்வார்கள். பணம் கொடுத்து உதவுவார்கள் என்பதால் மதனும் ஒத்துக்கொண்டு அலைவான்.

இந்த அலைச்சல் மதனுக்கு ஓயவில்லை. எப்படியோ பட்டப்படிப்பு முடித்துவிட்டு வீட்டில் இருந்தபோது அப்பாவின் திட்டுதல்கள் காயச் சுவடுகளாக மாறியபோது பையில் கொஞ்சம் துணிகளை எடுத்துக்கொண்டு கிளம்பி விட்டான். லாரி மூலம் மதுரை வந்தான். கிளீனர் ஒருவர் அவன் கதையைக்கேட்டு இன்னொரு லாரிக்காரரிடம் சொன்னார். அவருடன் பத்து நாட்கள் துணைக்காய் சவாரிகளின் போது அலைந்தான். வீதியோரச் சாப்பாடு, சில சமயம் சமைத்துக்கொள்வது, லாரியைத் துடைப்பது, சாமான்கள் ஏற்றுவது, கிளீனர், ஓட்டுனர்களின் எடுபிடியாக இருப்பது சீக்கிரம் அலுப்புத்தரவே திருப்பூரில் உறவினர் ஒருவர் இருக்கிறார் என்று கிளம்பிவிட்டான். அவர்தன் வீட்டருகில் இருந்த தொலைபேசி நிலையத்தில் குழி தோண்டும் வேலைக்குத்தான் சேர்த்து விட்டார். அங்கிருந்த ஒரு கேபிள் பொருட்கள் போடும் அறையில் தூங்கப் பழகினான். அங்கேயே சின்னதாய் குக்கர் வைத்து சமைக்க ரொம்ப நாள் ஆகிவிட்டது.

தியானத்தில் மனம் ஒருமைப்படவில்லை. தாறுமாறாய் அலைந்து கொண்டிருந்தது. கண்களை மெல்லத் திறந்தான். இருட்டுத்திரை நீக்கப்பட்டதுபோல் வெளிச்சம் கண்களுக்குள் பரவியது. அருகில் இருப்பவர்களைப் பார்த்தான். எல்லோரும் கண்களை மூடிக்கொண்டு தியானத்தில் ஈடுபட்டிருந்தனர். இரண்டு இளம் பெண்களும் இரு மத்திய வயதுப் பெண்களும் இருந்தார்கள். இளம்பெண்களைவிட மத்திய வயதுப் பெண்கள் அழகாக இருந்தார்கள். இன்னும்

அறிமுகப்படலம் நடக்கவில்லை. முதலிலேயே தியானம்... மீண்டும் கண்களை மூடிக்கொண்டான்.

இந்தக் கொரானா எப்போது தீரும். கொரானா தளர்வு என்பதால் ஓராண்டுக்குப் பின் முதல் தரமாய் இந்தப் பயிற்சி ஆரம்பித்தி ருப்பதாகச் சொன்னார்கள். நல்ல வேளை அவனின் அப்பாவும் அம்மாவும் முன்பே செத்துப்போயிருந்தார்கள். கொரானா காலத்தில் உயிரோடு இருந்திருந்தால் கொரானாவிலிருந்து தப்பித்திருக்க மாட்டார்கள். நோஞ்சான்கள் அவர்கள். பலவீன மானவர்கள். அவர்களை சுலபமாய் கொரானா கொண்டுபோயிருக்கும். நாளைக்கு காலையில் பொது தொலைபேசி நிலையத்தில் ஆர்ப்பாட்டம் இருக்கிறது அதற்குப் போகிற மாதிரி வேலைகளை அமைத்துக்கொள்ள வேண்டும். வேலை... வேலை... என்ன புதிதாய் வந்துவிட்டது... புதிதாய் வந்து சேர்ந்திருக்கிறது இந்த தியானப் பயிற்சி.

பரிட்சைக்குப் படிப்பதுபோல் என்ன இவ்வளவு விசயங்கள் காதில் வந்து விழுகின்றன. எரிச்சலாக இருந்தது மதனுக்கு. கண்களைத் திறக்கவில்லை.

தியானம் பற்றிச் சொல்லிக் கொடுத்த பின் பாடத்திற்குப்போய் விட்டார்கள். பெயர்களைச் சொல்லி அறிமுகப்படுத்திக் கொண்டார்கள். அவன் ஒருவனைத் தவிர மற்றவர்கள் பனியன் தொழில் சார்ந்தவர்கள். வேலை இல்லாத இளைஞர்கள் இருவர். ஒரு பெண்ணின் பெயர் கிறிஸ்துவம் சம்பந்தமானதாக இருந்தது. ஏன் முஸ்லீம் யாரும் இங்கு வரவில்லை என்று அவனுள் கேட்டுக்கொண்டு அப்பாவித்தனமான கேள்வி என்று சொல்லிக்கொண்டான்.

அகத்தாய்வு, தற்சோதனை என்றார்கள். அன்னமைமயக்கோசம், மனோமயக்கோசம், பிராமணமயக்கோசம், விஞ்ஞான மயக்கோசம் என்றார்கள்.

வான் காந்தத்தில் சமுதாயப் பதிவு ஏற்படுகிறது. மழை வேண்டாம். ரெயின் ரெயின் கோ அவே என்று குழந்தைகள் பாடுகின்றன. மழை வேண்டாம் என்ற பலரின் எண்ணங்கள் வான் காந்தத்தில் சமுதாயப் பதிவாகி மழை வருவதில்லை என்றார் விரிவுரையாளர் மகுடேஸ்வரன். அவர் டிராவல் ஏஜென்சி ஒன்று வைத்திருப்பதாகவும் கொரானா காலகட்டத்தில் எல்லாம் நொடிந்துபோய் விட்டதாகவும் சொன்னார். சட்டெனக் கர்ப்பப் புற்று நோய் பற்றி ஒரு நடுத்தர பெண் சொல்ல ஆரம்பித்தாள். அவள் பெயரை மனதில் வைத்துக் கொள்ளாதது பற்றி அவனுக்கு ஒரு நிமிடம் வருத்தம் வந்தது.

வாழ்க்கையின் நிலைதான் மனம். அதில் வரும் எண்ணங்களை ஆராய்வது என்று கட்டம் போட்டார் மகுடேஸ்வரன். பின்புறம் இருந்த வெள்ளைப் பலகையில்... எண்ணங்கள், தேவை, பழக்கம், சூழ்நிலை, பிறர் மனத்தூண்டல், கரு அமைப்பு, தெய்வீகம் என்றார் அவர்.

எண்ணங்களைப் பற்றிய கேள்வியில் லாட்டரிச் சீட்டு, பரிசு பெறல், மட்டன் பிரியாணி சாப்பிடல், எதிரி ஒழிய வேண்டும், கார், வீடு வாங்க வேண்டும். இன்னும்... இன்னும்...

இப்போதைய எதிரி என்று அவன் மனதில் கொரானா வந்து நின்றது.

5

"**ஹ**லோ... ஒரு நாள் யோகா மாஸ்டர். எப்படி இருக்கீங்க. நேத்திக்கு மட்டும் வந்தீங்க. இன்னிக்குக் காணம்."

சிறு பாமரேனியன் நாய்க் குட்டியைப் பிடித்திருந்த கிறிஸ்டியின் வலது கைக்குள் நாயின் கழுத்திலிருந்து நீண்ட கயிறு இருந்தது. வெள்ளை நைட் கவுனில் மஞ்சள் பூக்களுடன் இருந்தாள் கிறிஸ்டி.

"குட் மார்னிங் சார். அடையாளம் கண்டிட்டிங்களே."

"பெண்களை ஒரு தரம் பார்த்தா மனசு நூறு தரம் ஓட்டிப்பாத்துக்குமே. அதெ எப்பிடி மறக்கறது. அதுவும் நேத்திக்குப் பாத்தது."

"இங்க பயிற்சிக்கு நேத்திக்கு வந்தேன். தியானம், சாமி கும்புடு, ஜோதின்னு என்னென்னமோ சொல்ல ஆரம்பிச்சாங்க. அது நமக்கு ஒத்து வராது. ஏசு தேவனுக்கு பண்ற துரோகம்ன்னு நெனச்சேன். அதுதா கழண்டுகிட்டேன்."

"இதெல்லாம் முந்தியே தெரியாதா."

"தெரியாது. ஏதோ நோட்டீஸ் எங்க லேடிஸ் ஹாஸ்டல்லே கொண்டு வந்து குடுத்தாங்க. ரெண்டு தெரு தள்ளி இருக்கு எங்க லேடீஸ் ஹாஸ்டல். சரின்னு சேந்தன். என்னமோ ஒத்து வராதுன்னு தோணுச்சு. ஏதோ உடற்பயிற்சிதான்னு நெனச்சேன். வேற மாதிரி போகுமுன்னு கழண்டிட்டேன்.

"அப்போ முந்நூறு ரூபா வேஸ்டா. கொரானா காலத்திலெ முந்நூறு பெரிய தொகைதான்."

“நான் பணம் கட்டலே. ரெண்டு நாள்லே கட்டறதாச் சொன்னேன்.”

“எங்க, இப்போ...”

“வாக்கிங். டாமியோட. அதுக்கும் உடற்பயிற்சி தேவைப்படுது. என்ன இன்னிக்கு உடற்பயிற்சி, தியானம் முடிஞ்சுதா” கைப்பிடியில் கயிற்றுடன் இருந்த குட்டி நாயைக் காட்டினாள்.

“நேத்து வேற... டாமியை ஹாஸ்டல்லே வுட்டுட்டு வந்துட்டேன். அது பரபரன்னு கத்திட்டு இருந்துச்சாம். அந்தக் கத்தல் ரெண்டு தெரு தாண்டி இங்கையும் கேட்டமாதிரி இருந்துச்சு.” மெல்ல ஏதோ பாட்டொன்றை முணுமுணுத்தாள்.

“பாத்ரூம் பாட்டு. யாரும் இதுவரைக்கும் கேட்டிருப் பாங்களான்னு தெரியலே.”

“நாங்க் கேட்க ரெடி.”

“பாத்ரூம்லியா.”

“இல்லே... வெளியே... பாத்ரூம் கதையெல்லா வேண்டா.”

விரைந்து கொண்டிருந்த லாரியொன்றின் பின் நுனியைப் பிடித்தபடி டிவிஎஸ் மொபைட்காரன் ஒருவன் அதனுடன் ஓடிக் கொண்டிருந்தான் விரைசலாக. அவற்றின் வேகம் பட்டாம்பூச்சிகள் பரபரத்துப் பறக்கிற மாதிரி இருந்தது.

“அய்யோ... என்ன ரிஸ்க். லாரியெப் புடிச்சிட்டு ஓடிட்டே இருக்கான். லாரி பிரேக் போட்டாலோ ஸ்பீடு கொறச்சாலோ குட்டிக்கரணம் போடுவான்.”

“கொரானா காலத்திலெ எல்லார்த்து பொழப்பு இப்பிடித்தா இருக்கு.”

“சரி வரேங்க பார்க்கலாம். நோய் இல்லாமல் வாழ உடற்பயிற்சி அவசியம்பாங்க. இப்பத்திக்கு இந்த நடைப் பயிற்சி போதும். வஜ்ஜிராசனம் வேண்டா, மகராசனத்திலே ரெண்டாம் நிலை வேண்டான்னாங்க. இப்போ எதுவும் வேண்டாமுன்னு ஆயிருச்சு.”

“எங்க பாக்கறது. கிளாஸ் வுட்டுப்போயிட்டீங்களே.”

“ரெண்டு வீதி தள்ளிதா இருக்கேன். இப்போதைக்கு., தினசூரியன்லே நிருபர். நேத்தே இந்தப் பயிற்சிக்கு வந்தவங்களோட போன் நெம்பரையெல்லாம் போட்டு ஒரு வாட்ஸ் அப் குரூப் ஆரம்பிச்சுட்டாங்களே. அதிலே என் பேரு இருக்கு பாருங்க.

அதிலிருந்து நான் வெலகணும். சரி போகும்போது வாழ்த்துச் சொல்லாமே போனா எப்பிடி. சரி... வாழ்க நலமுடன்!"

"பெரிசாவே வாழ்த்து சொல்லிரலாம். ஏரி குளம் கிணறு ஆறு எல்லாம் நிரம்பி வழிய மாரி அளவாய்ப் பொழிக மக்கள் வளமாய் வாழ்க."

"சபாஷ். ஒரு நாள்லே எங்கையோ போயிட்டீங்க சார்."

"சார் வேண்டாம் மதன்."

"ஓகே மதன். சியூ. மீட் அட் வாட்ஸ் அப் குரூப்."

"நானுந்தா நூத்துக்கும் மேற்பட்ட வாட்ஸ் அப் குரூப்லே இருக்கேன். எல்லாத்திலியும் செய்திகள், பொன் மொழிகள், அறிவுரைகள், வைத்ய முறைகள்ன்னு வந்து குவியுது. நானும் அதிலிருந்து வெலகப்பாக்கறன் முடியலே. தாங்கவும் முடியலே. சின்ன ஆசை இது."

இன்றைக்குக் கூட பயிற்சியில் ஆசை அறுமின் ஆசை அறுமின் ஈசனோடாயினும் ஆசை அறுமின் என்று திருமூலர் சொன்னதை பயிற்சியாளர் சொன்னார். இவர் புது பயிற்சியாளர். கைப்பயிற்சி, கால்பயிற்சி என்று சிலதைச் சொல்லித் தந்தார். கையைக் காலைத் தொட்டு பயிற்சி செய்து மசாஜ் செய்வது சிரமமாக இருந்தது. கைகால் தொட்டுவிட்டு கைகளைக் கழுவிக்கொண்டால் நன்றாக இருக்கும்.

வாழ்வின் நோக்கம் அல்லது வாழ்வின் தத்துவம் என்று சிலதைப் பற்றிப் பேசினார் பயிற்சியாளர். இறைநிலை உணர்தல், ஆறாவது அறிவின் சிறப்பினை உணர்தல், அறநெறி வாழ்க்கை, இயற்கை இன்பங்களைத் துய்த்தல் என்றார்.

"நந்தவனத்தில் ஓர் ஆண்டி - அவன்
நாலாறு மாதமாய்க் குயவனை வேண்டி
கொண்டு வந்தான் ஒரு தோண்டி - மெத்தக்
கூத்தாடிக் கூத்தாடிப் போட்டுடைத்தாண்டி"

இப்படித்தா இப்படி வாழ்க்கையைச் சிரமத்துக்கு உள்ளாக்கி விட்டீங்க. கொரானா காலத்திலெ இன்னம் சிரமம். இன்னம் நிலைமை மாறலே."

"எப்பங்கையா மாறும், எங்க தொழில் ஆறேழு மாசமா ஒண்ணும் இல்லாமப் போயி இப்போ ஸ்பீடு எடுத்திட்டிருக்குது. எல்லா எடத்திலியும் இன்னம் மாஸ்க் உற்பத்திதா. பனியனெல்லா அப்புறந்தான்."

கேட்டார் வேல மூர்த்தி. சிறு அளவில் பனியன் தொழில் செய்து கொண்டிருப்பவர். பவர் டேபிள் போட்டு குத்தகைக்குத் தைத்துக் கொண்டிருந்தார். கொஞ்ச நாளாய் குட்டி முதலாளியாய் மாறினார்...

மனிதனில் உள்ளுறையும் தெய்வீகத்தை வெளிக்கொணர்வது கல்வி என்ற விவேகானந்தர் வாசகம் இருக்குமிடத்தில் தியானம் போல் ரொம்ப நேரம் நின்று பார்ப்பார் தினமும். எட்டாம் வகுப்புதான் படித்திருந்தார். இன்னும் கொஞ்சம் படித்திருந்தால் எக்ஸ்போர்ட்டர் ஆகியிருப்பார் என நினைப்பார். "உணவிலே உலக ஒற்றுமை கண்டு. உழைப்பினால் பதிலை உலகத்திற்குத் தந்திடு" என்பது அவரின் வாழ்க்கை நோக்கமாக இருப்பதாய் சொல்லிக் கொள்பவர்.

வீதியின் முக்கில் இருந்த பிள்ளையார் கோவிலின் முகப்பில் அந்தத் தம்பதிகள் உட்கார்ந்திருந்தார்கள். இருவரின் நேர்த்தியான உடைகளும் அவர்களை பிள்ளை கோவிலின் அழுக்குத் தனத்திலிருந்து வேறுபடுத்திக் காட்டின. அந்தப் பெண்ணின் முகத்தில் ஒரு வகை மிரட்சி தெரிந்தது. அவள் கண்களை உருட்டியபடி மேலும் கீழுமாகப் பார்த்துக் கொண்டிருந்தாள். விரைசலாய் வந்த திருநங்கையொருத்தி அவர்கள் இருவரின் தலையிலும் கை வைத்து ஆசீர்வாதம் செய்தாள். ஆண் பாக்கெட்டில் ஏதோ தேடுபவராக இருந்தார். பெண்ணின் மிரட்சி சற்றே அதிகமாக ஆண் திருநங்கையைப் பார்த்துப் போ போ என்றார். அதீத முகப்பூச்சில் இருந்த திருநங்கை இடுப்பை அதீதமாய் ஆட்டிக் கொண்டே நகர்ந்துவிட்டார்.

பிள்ளையார் கோயிலின் பக்கமிருந்த கட்டிடத்தில் இரும்பு வேலை செய்து கொண்டிருந்தவர்களால் நெருப்புப் பொறிகள் தெறித்து ஜாலம் காட்டின. மிரட்சியுடன் இருந்த பெண் அதையே பார்த்துக் கொண்டிருந்தாள்.

"போலாம் போலாம் தீபுடிச்சிடும் தீ புடிச்சிடும் - என்றபடி விறுட்டென்று எழுந்தாள். அவள் கணவன் அவளின் கைகளைப் பிடிக்க முயன்று ஓட முற்பட்டவளைப் பிடித்தான்.

கேரளா பாலக்காட்டில் நடந்த ஒரு கொலையைப் பார்த்திருந்த அவள் மனநிலை பாதிக்கப்படவே இந்த ஊருக்கு வீட்டை மாற்றிக்கொண்டு வந்திருந்தார் அவள் கணவன்.

பிள்ளையார் கோயில் வாசலிலிருந்த விளம்பரப்பலகை ஒன்று திருக்கோயிலுக்குப் போகும் வழி என்று அம்புக்குறியிட்டுக் காட்டியது. கையை உயர்த்தி ஆசிர்வாதம் செய்து கொண்டிருந்த சாமியாரின் கைகளும் திருக்கோயிலுக்கான வழியைக்காட்டின... அங்கு பாடப்படும் பாடலும் அதில் அச்சாகியிருந்ததை ஒரு நிமிடம் நின்று

வாசிக்க ஆரம்பித்தான் மதன். எல்லோரும் அவசரகதியில் இருக்கும் ஊர் இப்போதுதான் அமைதியிலிருந்து மீண்டு வருகிறது. இது நத்தை வேகம். பாம்பு வேகம் எப்போது எடுக்கும்.

★ ★ ★

6

அவனை அலாரம் அடித்து எழுப்புவது அபூர்வம்தான். ஆனால் திருக்கோயிலுக்குச் செல்ல அலாரம் துணை என்று நம்பினான் மதன்.

வழக்கமாய் எங்காவது தொலைபேசிப் பழுது, கேபிள் ஃபால்ட் என்று பகலில் அலைந்துவிட்டு வருகிற போதோ, உடனே செய்தாக வேண்டிய வேலைகள் என்று இரவில் இருட்டின பின்னும் செய்துவிட்டு வருகிறபோதோ உடம்பு வலியில் அவதியுற்றதுபோல் ஓய்வு கேட்கும். உடம்பு தூக்கத்துள் அடங்கும். தூக்கம் போதும் என்று உடம்பு சொல்லி விடுகிறபோது விழிப்பு வந்துவிடும். ஆனால் சமீப காலைப் பயிற்சிக்குப் போகிறபோது உடம்பு சொன்னபடிக் கேட்கவில்லையென்றால் தாமதமாகப் போக வேண்டும். பல ஆண்டுகள் கழித்து பள்ளியில் தாமதமாய் போய் அகப்பட்டுக் கொண்ட மாதிரி ஆகிவிடும். அதனால் அலாரம் தேவைப்பட்டது அவனுக்கு.

செல்பேசியே அலாரம் ஆகிவிட்டது. இரண்டு வருடங்களாய் செல்பேசியே கைக்கடிகாரம் ஆகிவிட்டது.

கைபேசி நாலரை மணிக்கு அலாரம் அடித்து எழுப்பி விட்டாலும் படுக்கையிலேயே புரண்டு கொண்டிருப்பான். இந்த காலை நேரப் பயிற்சியெல்லாம் தேவையா என்றிருக்கும். இதெல்லாம் சரியாகக் கடை பிடிக்க வேண்டும். இல்லாவிட்டால் கற்றுக்கொள்ளும் வித்தைக்கு மரியாதை இருக்காது. கடைபிடிக்க முடியுமா.

ஆனாலும் போகலாம் என்று தோன்றும்

காலையில் அங்கு செல்வதற்கு முன் ஒரு தேனீர். பயிற்சி முடிந்து வரும்போது ஒரு தேனீர் என்று இரண்டு மணி நேரத்துள் இரண்டு தேனீர்... அதுவும் கடையில்தான். அவசர கதியில் அறையில் தேனீர் போட முடியவில்லை மதியம் தேவையில்லாமல் அதிகாலை நேரத்தில் முன்பே எழுவதால் வரும் சோர்வு தரும் பகல் தூக்கம். இதெல்லாம் அவனுக்குப் புதிதாகவே இருந்தன.

அவன் மேல் கோபம் வந்தது அவனுக்கு. எதற்கு அனாவசியமாய் இப்படி காலையிலெழுந்து போகவேண்டும். குளியல், ஆயத்தம் என்று ஒரு மணி நேரமாவது தேவையாக இருந்தது. கழிப்பறைக்கு அவசியம்

போக வேண்டும். எதை எதையோ வயிற்றில் நிரப்பிக்கொண்டு கழிவறைக்குப் போகாமல் கனத்த வயிறுடன் பயிற்சிக்குப் போக முடியாது. ஆசனங்களின்போது வயிறு லேசாகவும், கனமில்லாமல் இருந்தால் நல்லது அல்லது வயிற்று வலி ஏற்படும். அங்கு போன பின்பு இடையில் கழிப்பறைக்குச் சென்றுவிட்டு வருவது அசவுகரியம். தண்ணீர் குடிக்க எழுந்தால் கூட இங்கேயே இருக்கு. குடியுங்கள் என்று உட்கார வைத்து விடுகிறார்கள். கழிப்பறைக்குப் போவது அது பெரிய அவஸ்தை. இந்த அவஸ்தையை நினைத்து அவனுக்கு அவன் மேல் கோபம் வந்தது. கோபம் கொள்ளக்கூடாது என்று பெரிய விரிவுரையே இருந்தது.

கோபம் வரும்போது ஆணி அடியுங்கள். சுவரில் இப்படி ஆணியடித்து ஆணியடித்து சுவர் என்னவாகும். பயமாக இருந்தது.

அவ்வளவு ஆணிகள். அவ்வளவு கவலைகள். கோபம்... கோபம்... அடித்த ஆணிகளைப் பிடுங்குவது சிரமம்தான்.

வகுப்பில் போடப்படும் பவர் பாயிண்ட் பிரசண்டேசனில் இடம்பெறும் படங்களில் வடநாட்டுக்காரன் முகங்கள்... வெளி நாட்டுக்காரன் முகங்கள். தமிழில் சொல்லித் தருகிறவர்களுக்கு வாழ்க வளமுடன் என்று அழகாய் சொல்லிக்கொள்கிறவர்களுக்கு தமிழ்ப் பெண்களும், தமிழ்க் குழந்தைகளும், தமிழ் முகங்களும் இல்லாமல் போய்விட்டது ஆச்சர்யமாகவும் கோபம் தருவதாகவும் இருந்தது.

கோபத்தைத் தவிர்க்க பயிற்சியும் இருந்தது அதை ஏற்படுத்தும் நபர்கள், உறவு, காரணம், யார் பொறுப்பு என்ற ஆய்வு இருந்தது. முன்னனுபவம் அதன் முடிவில் சங்கல்பம், வாழ்த்து, மன்னிப்பும் என்று முடிந்தது. எத்தனை தரம் மன்னிப்பு கேட்கலாம். வாழ்த்து எத்தனை தரம் என்பதில்லை. ஆனால் மன்னிப்பு எத்தனை தரம்.

48 நாட்கள் விரதம் இருந்தால் இந்தக் கோபம் தணியுமா அல்லது 8 நாள் விரதம் இந்தக் கோபத்தைத் தளர்த்துமா. கோபம் கொள்ள மாட்டேன் என்ற சங்கல்பம் வேறு... கைகளை நீட்டி கோபம் கொள்ள மாட்டேன் என்று சங்கல்பம் செய்தாயிற்று.

காயகல்பத்தை ஒழுங்காகச் செய்தால் எல்லாமும் கிட்டும். எல்லா வியாதிகளும் போய்விடும் என்றார்கள். காயகல்பத்தின் முழுப் பலனையும் அடைய வேண்டுமானால் தொடக்கத்தில் ஒரு வாரம் உடல் உறவு கொள்ளாமல் இருப்பது மிக்க நலம் தரும் என்று பயிற்சியாளர் சொன்னார்.

"வறட்சியாகவே இருக்கு. இதிலே ஒரு வாரம் என்ன ஒரு மாசமே எடுத்துக்கலாம்" என்ற முணுமுணுப்பான குரல் பக்கமிருந்த யாரோவிடமிருந்து வந்தது. அதற்கு மதன் ஆமாம் அந்த பாக்யமே இன்னும் கிட்டவில்லை என்று உரக்க முணுமுணுத்தான்.

நரம்பு மண்டலங்கள் வலுப்பெற்று உடல் கட்டு உண்டாகும். ஆணுக்கு விந்து பெண்ணுக்கு நாதமும் கெட்டிப்பட்டு இருப்பும் அளவும் அதிகரிக்கும். இதனால் ஆஸ்துமா, மூக்கில் நீர் வடிதல், மூல நோய், தோல் நோய்கள் கட்டுப்பாட்டிற்கு வரும் என்றார்கள். முதல் இரண்டும் அவனுக்கு இருந்தன. சரி கட்டுப்படட்டும் என நினைத்தான். எல்லாம் எளிமையாகத்தான் இருந்தன. ஓஜஸ் மூச்சுப் பயிற்சி என்பது அதில் ஒன்று. பெயர்தான் கடினமாக இருந்ததே தவிர சுலபமானதுதான். நரம்பூக்கம், ஓஜஸ் மூச்சு என்று மாறிமாறிச் சொன்னார்கள்.

நீங்கள் ஏதாவது ஒரு நிலையில் பேராசிரியராகி காயகல்பப் பயிற்சி நடத்த அனுமதிக்கப்படும் வரை இதை யாருக்கும் கற்றுக் கொடுக்கக் கூடாது என்றார்கள். இதை சித்தர்களுடைய சாபமாகக் கருத வேண்டும். யாருக்கும் சொல்லித்தரக்கூடாது. சாபமாகும். உடம்பில் வேதனை வரும் என்றார்கள். ஒரு தாளில் பிறருக்குச் சொல்லித்தர மாட்டோம் என்று உறுதி மொழி எழுதி வாங்கிக் கொண்டார்கள்.

பக்கத்து வரிசையிலிருந்த சிவன் "என்ன இது சத்தியம் எல்லாம். ரவிசங்கர் குரூப்பில் சுதர்சனக்கிரியா பயிற்சியில் எல்லாம் மறந்துபோய் உடம்பு என்று ஒன்று இல்லாமல்போவது போலிருக்கும். அது ஒரு மாதிரி இருக்கும். அது மாதிரி இந்த காயகல்பமும் என்று நினைத்தேன். சாதாரணமானதுதானே" என்று மதனிடம் சொன்னார். அவர் காவல் துறையில் இருந்து ஓய்வு பெற்றவர்.

"எனக்கு சுதர்சனக்ரியா தெரியாதே. செத்தாத்தானே சுடுகாடு தெரியும். நீங்க செத்திருக்கீங்க. முந்தியே சுடுகாடு தெரிஞ்சிருக்கு."

"ஆமா அது செத்துப்போன மாதிரிதா அருமையான அனுபவம்."

★★★

7

சங்கர் "இந்த அடியெல்லாம் வாங்கறதுக்குச் செத்துப்போகலாம்" என்றான். எதிரிலிருந்த காவல்துறைக்காரரிடம். சுற்றிலும் இருந்த காவல்துறை உடுப்புகளும், துப்பாக்கிகளும் கட்டைகளும் சிவப்பு நிறக்கோப்புகளும் அவனுக்கு பயத்தைக் கொண்டு வந்தன.

"எதுக்குங்க அடிக்கறீங்க"

"எதுக்கு அடி வாங்கறேன்னு தெரியலையேடா"

"தெரியலீங்க"

"அதுக்குமொரு உதை தரவேண்டியதுதான்"

“அப்பிடி என்னாங்க செஞ்சுட்டேன். ரோட்லே உட்கார்ந்திட்டு இருந்தவனைக் கூப்பிட்டு வந்தீங்க. சந்தேகக்கேசுன்னு சொன்னீங்க. அதுக்கு இவ்வளவு அடியா?”

வீங்கிப்போயிருந்த முகத்தைத் தடவிக்கொண்டான். கண்கள் முக வீக்கத்தால் சிறுத்துப்போயிருந்ததை சங்கரும் உணர்ந்தான்.

“இன்ஸ்பெக்டர் அய்யா மேல கையை வெச்சுட்டியேடா.”

“அய்யா... அதெல்லாம் தெரிஞ்சு பண்ணலே.”

“அவர் மூஞ்சியிலெ கை நீள்ற அளவு ஆயிருச்சா.”

அப்போதுதான் டூட்டிக்கு வந்த காவல்துறைக்காரர் நின்றபடியே அவனைப் பார்த்தான்.

“டூட்டி முடிஞ்சு போறன். சந்தேகக் கேசு. இன்ஸ்பெக்டர் அய்யா மேலே கையெ வெச்சுட்டான்.”

“அப்பிடியா செரி... டூட்டி முடிஞ்சிருச்சு - போங்க நான் பாத்துக்கறேன்.”

அவரின் காக்கிச் சட்டையக் கழற்றி வைத்தார். மேல் பாக்கெட்டில் பர்ஸ் போன்று இருந்ததை எடுத்தார். அதன் இரு புறமும் பல முக்கியத் தலைகள் இருந்தன. ஓசோ, ஜக்கி மகரிஷி, சாய்பாபா என்ற முகங்கள் அவனின் பார்வையில் பட்டனர்.

★★★

8

பேருந்துப்பயணம் அப்போதைக்கு அவனுக்குப் பிடித்திருந்தது. பேருந்து ஏறி எது வரைபோகிறது என்று கேட்டு வைத்தான் மதன். சங்கரிடமிருந்து எந்தத் தகவலும் இல்லையே என நினைத்தான்.

“இது கட் சர்வீஸ். மலையப்பாளையம் வரைக்கும் போகும்.”

மலையப்பாளையம் முருகன் கோயிலுக்கு ஏறுகிற மலைப் பாதையில் திருக்குறள்கள் பொறித்த பாறைகள் இருப்பது ஞாபகம் வந்தது. அதைத் தேடிப்போய் பார்க்க யாராவது வந்து விசாரிக்கையில் அவன் கூடப்போவான். அன்றைக்கு மலை ஏறும் உத்தேசம் அவன் மனதிலில்லை.

மாலை நேரத்துக் காற்று லேசாகவே வீசியது. காற்றில் கூட கொரானா பரவும் என்பது ஞாபகம் வந்து சட்டைப்பையில் போட்டிருந்த முகக் கவசத்தை எடுத்து முகத்தில் மாட்டிக்

கொண்டான். ஓர் இருக்கையில் ஒருவர் என்பதாகவே உட்கார்ந்திருந்தார்கள். அவனுக்குமொரு தனி இருக்கை கிடைத்தது.

அவ்வப்போது இப்படி இலக்கற்று பேருந்தில் பயணம் போவது அவனுக்குப் பிடிக்கும். எந்தப் பரபரப்பும் இல்லாமல் இருக்கச் செய்யும். மனம் பரபரத்துக் கொண்டிருக்கும்போது இப்படி பேருந்தில் ஏறி அமர்ந்து கொள்ளும்போதோ அல்லது இரட்டை சக்கர வாகனத்தினை மெல்ல ஓட்டிக்கொண்டு செல்லும் போதோ பரபரப்பு அடங்கி விட்டது மாதிரி இருக்கும். இப்போதும் பரபரப்பு அடங்கிவிட்டது அவனுக்குள்.

அறிவுக்கருவியான, ஞானேந்திரியமும், தொழில் கருவியான கர்மேந்திரியமும் கட்டுக்குள் இருப்பதாகச் சொல்லிக் கொண்டான். பயிற்சி வகுப்பின் வார்த்தைகளின்படி. ஐம்புலன்கள் மீது மனம் வைத்து தாம் செய்வது பற்றி பயிற்சியில் சொன்னது ஞாபகம் வந்தது. துன்பத்தை மாற்றி வாழ்வியலுக்கு நுழைவது பற்றிச் சொல்லிக் கொண்டான். தேவைக்கும் இருப்புக்கும் உள்ள வித்தியாசம் கவலையாக மாறுவதை நினைத்துக் கொண்டான். சிக்கல் வேறு. கவலை வேறு. சிந்தனை மருந்தாகுமா. விழிப்பு நிலை தற்சோதனையாகிற வித்தை பற்றி யோசித்தான்.

கவலையை மறக்கும் சிந்தனை மருந்தாய் பழைய டேப் ரிகார்டரின் காதல் பாடல்கள் இரண்டு வருடங்கள் இருந்ததை அவன் நினைத்துப் பார்த்தான்... அவன் அலுவலக கேபிள் அறையில் இருந்த பொருட்களை ஒழுங்குபடுத்தி சமையல் செய்ய ஒரு மூலையைத் தேர்ந்தெடுத்துக் கொண்டபோது துண்டுக்கேபிள்கள் மத்தியில் அந்த டேப் ரிகார்டர் இருந்தது. ஆவலுடன் அதை எடுத்துச் சுத்தம் செய்தான். ஒரு கேசட் மட்டும் உள்ளிருந்தது. மின்சாரக் கலனில் இணைத்தபோது அது இயங்கியது. காதல் ரசம் வெளிப்பட்ட பாடல்கள். அவனின் மனதில் உள்ள பல இளம் பெண்களை ஞாபகத்தில் கொண்டு வரப் பயன்பட்டது. ரேகா, சுகன்யா, காயத்திரி, ரஹ்மானா என்ற படி அவர்களை நினைத்து படுக்கைகள் நனைந்ததில் அவனுக்கு உறுத்தல் எதுவும் இல்லை. சகஜமாகவே எடுத்துக் கொண்டான். வேறு கேசட்டுகள் எதுவும் கேபிள் அறையில் கிடைக்கவில்லை. அவனும் வேறு காசட்டுகளைத் தேடவில்லை. இருக்கும் ஒரு கேசட்டின் ரிப்பன்கள் தேய்ந்து கிழிபடுகிற வரைக்கும் பயன்படுத்தினான். அதே சமயம் பட்டன்கள் தேய்ந்து விட்டிருந்தன. இனி இயக்க லாயக்கற்றவை என்பது போலாகின. அதை தூக்கிப் போட்டு விட்டான். துண்டான கேபிள் போல் அது உயிரற்றதாகி விட்டது.

மலையப்பாளையத்திற்கு முந்தைய பேருந்து நிலையத்தில் இறங்கிக்கொண்ட பின் இயற்கைச் சூழலில் இருந்த மதுபானக் கடையை நோக்கி அம்புக்குறி இருந்ததைக் கவனித்தான். இயற்கைச் சூழல் என்றால் தென்னந்தோப்பு. அவ்வளவுதான். அந்தத் தோப்புக் காரர் வசம் லேண்ட்லைன் - தரை வழித்தொடர்புத் தொலைபேசி இருந்தபோது தென்னம்மட்டைகள் விழுந்து ஒயர்கள் துண்டிப்பாகி விடும் அடிக்கடி. அப்போதெல்லாம் உடனடியாக வந்து பழுது பார்த்திருக்கிறான். மதுபானக்கடை வந்த பிறகு அந்தத் தென்னந் தோப்பு வேறொருவர் வசம் குத்தகைக்குப்போய் விட அந்தத் தரை வழித்தொடர்பு தொலைபேசி இணைப்பு இல்லாமலாகிவிட்டது.

இப்போதைக்கு கேன் பீருக்குக் கூட வழியில்லை லாயக்கில்லை. அங்கொன்றும், இங்கொன்றுமாக சில மேசைகளில் சிலர் இருந்தார்கள். தென்னந்தோப்பின் குளிர்ச்சி எங்குமாய் பரவியிருந்தது.

வலது பக்க மூலைக்குச் சென்றபோது தேவேந்திரன் காணப்பட்டார். மதனை கைகளை அசைத்து அழைத்தார். மேசையின் எதிரில் உட்கார்ந்திருந்தவன் தேவேந்திரனின் பேச்சில் மூழ்கியிருந்தான்.

“மதனோட டெலிபோன் டிபார்ட்மெண்ட் போலத்தா எங்க நிறுவனமும்... பொலிஞ்சு போச்சு” முன்பு மதர் தெரசா தொண்டு நிறுவனத்தில் வேலையில் இருந்தவன் தேவேந்திரன். இரண்டு வருடங்களுக்கு முன்னால் பதினாறுக்கு பத்து என்ற அளவில் ஒரு சிறு அறையைப் பிடித்து ஒரு தொண்டு நிறுவனத்தை புதிதாய் ஆரம்பித்தான். அவன் ஆரம்பித்த வேளை கொரானா பாதிப்பு மேற்கத்திய நாடுகளிலும் ஆரம்பித்துவிட்டது. அரசாங்க உதவி பெற மூன்றாண்டுகள் ஆகிவிடும். வெளிநாட்டு உதவி அவனுக்கு அறிமுகமான சிலரிடமிருந்து எதிர்பார்த்தான். சரியாகக் கிடைக்க வில்லை. சிரமப்பட்டுக்கொண்டிருந்தான். அவனுடன் தொண்டு நிறுவனத்தில் வேலை செய்தவர்கள் டிபார்ட்மெண்ட்டல் ஸ்டோர், மருத்துவமனை என்ற ரீதியில் வேறு வேலைக்குப் போய்விட்டார்கள்.

“பீர் தா... மதன் உனக்கும் ஒண்ணு சொல்லட்டும்.”

“தனி பாட்டில் வேண்டாம். கொஞ்சம் இருந்தா போதும்...

“அப்போ இதை யூஸ் பண்ணுங்க.”

நீண்ட பாட்டிலின் கால் பகுதியைக் காட்டினான். பக்கத்தில் தட்டில் கொய்யாப் பழங்கள் அறுபட்டு சிவப்பாகிக் கிடந்தன.

“மதன் பட்டாம்பூச்சிக்கு ரத்தம் வருமா. இன்னிக்கு இங்க வந்து டேபிள்லே வுழுந்தது ஒண்ணு. பட்டாம்பூச்சிக்கும் ரத்தம் வருமாங்கறதுக்கு பதில் கெடச்சது. குருவிகளோட ரத்தம், அதன் பொங்கு வாசம் இதெல்லாம் நல்லாவே தெரியும். ஆனா, பட்டாம் பூச்சிக்கு...”

“செடிக்கே உயிர் இருக்குன்னு சொல்றாங்க. இதிலே பட்டாம் பூச்சிக்கு ரத்தம் வரதா.”

“வர்ரதேப் பாத்தது இல்லெ அதுதா. அந்தப் பட்டாம்பூச்சி மாதிரிதா என் பொழப்பும் ரத்தம் வர்ற நிலையிலெ தா... இருக்கு.”

சற்று தூரத்தில் புல்டோசர் அதன் அபரிமிதமான சப்தத்தோடு இயங்கிக் கொண்டிருந்தது. சில மரங்களை வெட்டி வீழ்த்திக் கொண்டு நகர்ந்து அங்கிருந்த மேட்டுப் பகுதியைச் சமன் செய்து கொண்டிருந்தது. குவிந்து கிடந்த வேப்பமரம், கருவேல மரங்களின் நசுங்கிய பாகங்கள் குவியலாகின.

“வளர்ச்சி... வளர்ச்சி... இதுதான் வளர்ச்சியின் அடையாளம்” தேவேந்திரன் அதைக் காட்டியபடி சொல்லிக்கொண்டிருந்தான். அவனின் சட்டையில் சிந்தியிருந்த மிளகாய்ப் பொடி சிவப்பு நிறமாக அழுத்தமான கோடாகியிருந்ததை மதன் பார்த்தான். அது கொய்யாவைத் தொட்டுக்கொள்வதற்காகப் போடப்பட்ட மிளகாய்ப் பொடியாக இருக்கலாம்.

விரைசலா வீசிய காற்று கொஞ்சம் புழுதியைக் கொண்டு வந்தது. அதில் ஏதாவது வண்ணத்துப்பூச்சி அகப்பட்டிருக்கும் என நினைத்தான் மதன்.

★★★

9

மஞ்சள் தூளையும் மரப்பொடியையும் சேர்த்துக் கலந்த மாதிரி அந்த சூப்பின் நிறம் இருந்தது. சற்றே கெட்டித்துப்போயிருந்தது. நல்ல சூடாகவும் இருந்தது. நாக்குச் சுட்டவர்கள், மூக்கில் வாசனையை உள்ளிழுத்துக் கொண்டவர்கள், தொண்டையை சூடாய் நனைத்துக் கொண்டவர்கள் என்று சூப்பால் ஆசுவாசப்படுத்திக் கொண்டிருந்தார்கள்.

“என்ன சூப்புங்க இது.”

“பல மூலிகைகள் கொண்ட சூப்” என்றார் சோமசுந்தரம். திருக்கோயிலின் எதிர்ப்பக்க வரிசையில் அவர் வீடு இருந்தது. அவர்

மகன் ஈரோட்டு அயிட்டங்களான மலிவு விலை பனியன், ஜட்டி, பாவாடைகளைத் தயார் செய்துகொண்டிருந்தார். பயிற்சியின் போது சூப் தயாரிக்கும் பணி அவருடையது. திருக்கோயிலுக்கான ஆத்மார்த்தமான பணி என்று மகிழ்ச்சி கொள்வார். விசாலமான சமையலறையும் இரு கருத்தரங்கு அறைகளும் தாண்டி அறிவகம் என்ற பயிற்சி அறை, மற்றும் நீண்ட மைதானம் போன்ற காம்பவுண்ட் சுவருக்குள் அடங்கிப்போன இடமும் கொண்டது திருக்கோயில்... காம்பவுண்ட ஓரத்தில் இருந்த பப்பாளிமரத்தில் காய்கள் பச்சைத் தனத்துடன் பறிப்பதற்காகக் காத்துக் கொண்டிருந்தன. சூப்பு போட்டுக்கொடுத்துப் பயிற்சி பெறுபவர்களுக்கு சேவை செய்து வந்தார் சூப்பு சோமு. இப்போதும் அவர் அதில் கவனத்தில் இருந்தார். ஒரு நிமிடம் பப்பாளி மரத்தின் மீது அவர் பார்வை வந்துபோனது.

"சொல்ல மாட்டீங்களா. காயகல்பம் பயிற்சி பத்தி வெளியே சொல்லக் கூடாதுங்கறது மாதிரி இந்த சூப்பைப் பத்தியும் வெளியிலே சொல்லக் கூடாதா சோமு."

"சும்மா சோமுன்னு சொல்லுங்க சூப்பு சோமுன்னு சொன்னா என்னமோ மாதிரி இருக்கு. இந்த சூப் பல மூலிகைகள் கொண்டது. அதெ அப்புறம் சொல்றன்."

"கிளாஸ் கடைசி நாள்லெ அப்பவாச்சும் சொல்லுங்க. சஸ்பென்ஸா. என்ன கொல்லி மலை மூலிகைகளா."

"எல்லாம் இருக்கும் ரகசியம்தா."

"இந்தக் கோயில்லெ நிறைய ரகசியங்கள் இருக்கும் போல."

வஜ்ராசனத்தில் இருந்து கொண்டே பல பயிற்சிகளைச் செய்ததால் தொடைகளில் வலியெடுத்தது மதனுக்கு. வலியால் அலறிக்கொண்டே பயிற்சியின்போது சாய்ந்து விட வேண்டும் போலிருந்தது மதனுக்கு.

வீட்டில் தரையில் உட்கார்ந்து சாப்பிடுவது போன்று பழக்கமிருந்தால் இந்த மாதிரி வலி இருக்காது என்று பயிற்சியாளர் சொன்னார். இருதயம், சுவாசப் பைகள், குடல்கள், மூளை, சுரப்பிகள் போன்றவை பாதங்களுடன் தொடர்பிலிருந்து அவற்றை வலிமையாக்கும் என்றார்.

"என்ன நாம நமக்குள்ளயே அறிமுகம் செஞ்சுக்காமெ போயிட்டமே. ஆரம்பிங்க ஒவ்வொருத்தரா."

மதன் என்று சொல்லிக் கொண்டான். ...ம் மன்மதன் இல்லையா என்றார்கள். மன்மதன்தான் என்றான். தொலைபேசித் துறைப்பணி

என்றான். வேலமூர்த்தி பனியன் தொழிலாளி. சதீஷ் பி.இ., பட்டதாரி வேலை கிடைக்கவில்லை. தினமும் தாமதமாக வருபவராக இருந்தான். இந்த நேரம் எனக்கு ஒத்து வரவில்லை. பத்து மணித் தொடரில் வரட்டுமா என்றான். அது பெண்கள் வகுப்பு நேரமல்லவா என்றார்கள். ஜெயபால் அச்சகம் ஒன்றின் உரிமையாளர் மகன். அவரும் பி.இ., படித்திருந்தார். அப்பாவின் அச்சகத்திற்குப் போய்க்கொண்டிருந்தான். சிவில் சர்வீஸ் பரீட்சையும் எழுதிக் கொண்டிருக்கிறார். சிவன் காவல் துறையிலிருந்து ஓய்வு பெற்றவர். புத்தாக்கப் பயிற்சி என்ற இதெல்லாம் அவருக்கு முன்பு துறையில் சொல்லிக் கொடுத்திருக்கிறார்கள். முழுமையாகக் கற்றுக்கொள்ள ஒரு வாய்ப்பு என்று வந்துவிட்டார். குழுவில் நான்கு பெண்கள். இருவர் பனியன் கம்பனி தொழிலாளிகள். ஒருவர் குடும்பப் பெண்மணி. கிறிஸ்டி வந்து போனதை எல்லோரும் நினைவு கொண்டார்கள்.

“சிலுவை போடற ஆளு இதெல்லாம் வேண்டான்னு பயந்துட்டாங்க.” திருவேல் சிறு பனியன் கம்பனி வைத்திருப்பவர். அவரின் வலது காலில் சிரமங்கள் இருந்தன. அதனால் தியானம் செய்யும்போது, மகராசனம், வஜ்ராசனம் செய்யும்போதும் வலது காலை நீட்டிக்கொண்டே உட்கார்ந்திருப்பார்.

“இவ்வளவு யோகா சொல்லித்தர்றீங்க. ஆனா பயிற்சியாளராக இங்க இருக்கற முக்கியமான நிர்வாகிக, உங்காளுக எல்லாருக்குமே தொந்தி இருக்கே.”

மதன் கேட்டுவிட்டான். அவன் ஈறுகளில் சூப்பின் ஏதோ துணுக்கு ஒட்டித் தொந்தரவு செய்ததுபோல் இந்த விசயமும் வந்த நாள் முதல் உறுத்திக் கொண்டிருந்தது.

“ஏன் உனக்கே இருக்கே. எங்களுக்கெல்லா இருந்த தொந்தியெ கொறச்சிட்டோம். மொதல்லெ யானை வயிறு மாதிரி இருந்தது. இப்பொ கொறஞ்சது யோகாவின் மகிமை” என்றார் சூப்பு சோமு.

“யோகா பண்றவங்கள தொந்தித் தொந்தரவு இல்லாமெ இருந்தா நல்லா இருக்கும்...”

“இது இளந்தொந்தி. இளநி தொந்தி, மொடா தொந்தியில்லே... பீர் தொந்தியில்லெ.”

எதற்காக இந்தப் பயிற்சிக்கு வந்தீர்கள் என்ற பயிற்சியாளரின் கேள்விக்கு ஏகதேசம் எல்லோரும் உடம்பை சீராக்கிக் கொள்ள வேண்டும் என்ற அக்கறை என்றார்கள். சோபா “வயிற்றுப் பிரச்சனை.

கர்ப்பப்பை பிரச்சினை, அதை எடுக்க வேண்டும். அதைத் தவிர்க்க முடியுமா என்று பார்க்க வந்தேன். வெயிட் லாஸ் பண்ணணும்” என்றார்.

“அதெல்லாம் எடுக்கத் தேவையில்லை. காயகல்பம் பண்ணுங்க. எல்லாமும் செரியாகும்.”

“எனக்கு குடல் இறக்கம். பல ஸ்கேன்கள் எடுத்தாச்சு பல பயிற்சிகள் செய்தாயிற்று. குறையலே. பத்து நிமிட ஆபரேசன். செஞ்சுக்கோங்க” என்கிறார்கள். நாப்பதாயிரம் கேட்கிறார்கள். பணத்துக்கு பயந்து இங்க வந்தேன். கொரானா காலத்திலெ போனாவே கொரானா டெஸ்டுன்னு பத்தாயிரம் புடுங்கிக்கறாங்க.”

“காயகல்பம் பண்ணுங்க எல்லாமும் சரியாகும்.”

“எல்லாத்துக்கும் காயகல்பம் நிவாரணியா?”

“ஆமா... ஓஜா போதுமே”

பேலியோ டயட்டிலிருக்கிற ராமானுஜம் “நான் பேலியோ உணவுக்கு அதிகச் செலவு ஆகிறது வயிறு குறையவில்லை, அதனால் வந்தேன்” என்றார்.

“உங்க பேலியோ டயட் என்ன சொல்லுங்க.”

“காலையிலெ நூறு பாதாம் கொட்டைகள், திபேத்திய பட்டர் டீ, மதியம் நாலு முட்டை ஆம்லெட், சாயங்காலம் கால்கிலோ காய்கறி நெய்விட்டு வதக்கி, ராத்திரி இறைச்சி. பசி அடங்கற வரைக்கும் எவ்வளவு வேணும்னாலும்.”

“பெரிய செலவுதா. ஸ்பாட் ரிடக்சன்னு சொல்வாங்க. உடம்பு கொழுப்பு சேரும் இடம் வயிறு. கொழுப்பைக் குறைத்து தசைகளை ஏற்றும்போது வயிறு குறையும். வயிற்றை மட்டும் தனியாய் குறைக்க முடியாது. இந்த பேலியோ செலவு தாஸ்திதா இங்கெ இந்தப் பயிற்சிக்கு முந்நூறு ரூபாய் தா. இதெ ஒரு மணி நேரம் பண்ணுனா செலவு மிச்சம். ஒரு மணி நேரம் பண்ணுனா இருபத்தி மூணு மணி நேரம் சொகமா இருக்கலாம். மத்தபடி கொழுப்பு பயம் நீக்கி பேலியோங்கறது நல்ல விசயம். மரபு வழி வாழ்வியல் நமக்கு உடம்பே கோயிலா வெச்சுக்கும். அதுக்கு இது நல்லது. வேண்டாம் பேலியோ.”

மதனுக்கு சூப்பு நாக்கைச் சுட்டு விட்டது. ஆனால் புதிய சுவையாக இருந்தது. சங்கருக்கு சூப்பு என்றால் மிகவும் பிடிக்கும். மதனைப் பார்க்கிறபோதெல்லாம் ‘பட்டிக்காட்டான் சூப்பு கடை’க்குப்

போகலாம் என்பான். அங்கு பூண்டு, சிக்கன், கொள்ளு சூப்புகள் கிடைக்கும். அதையெல்லாம் சாப்பிடும்போது எல்லா வாயும் கரைந்துபோய் விடுவதாகச் சொல்வான். எங்கே போனான் சங்கர். வீட்டிற்குப்போய் கேட்கலாம். எங்க தொலஞ்சானோ. கேபிள் குழு தோண்டறப்போ அவனையும் அதுலெத் தள்ளி மூடுங்க என்று அவர் அப்பா ஏசுவார். அவனுக்கிருக்கிற வியாதி வேலை கிடைக்காததால் வந்து சேர்வது என்று சொல்வார்.

இந்த சூப்பு குடியர்கள் மத்தியில் தனக்கும் ஏதாவது வியாதி இருப்பதாகச் சொல்ல வேண்டும் என்று ஆசைப்பட்டான் மதன். நான் சுகர் பேஷண்ட்தா என்று பலரும் சகஜமாய் சொல்லிக்கொள்கிறார்கள். நானும் ரவுடிதா, நானும் விவசாயிதா என்று காமடி நடிகரும், முதலமைச்சரும் சொல்லிக்கொள்வதைப் போல அவனுக்கு ஏதாவது வியாதி இருக்கிறதா என்று கேட்டபோது சட்டென பதில் வராமல் விழித்தான்.

“ஒரு பெரிய லிஸ்டே இருக்கா.”

★★★

10

சுந்தரை அந்தச் காவல்துறை வாகனம் ஒதுக்குப்புறமான இடத்தில் இறக்கிவிட்டது.

“இறங்கிப்போடா.”

“நடக்க முடியலே. வீட்டுப்பக்கம் இறக்கி விட்டா நல்லது. உடம்பு வலியா இருக்கும்.”

“அது பல பிரச்சினையைக் கொண்டுட்டு வரும். இறங்கிப்போடா. உன்னெ எலெக்ட்ரிக் ஷாக் வெக்காமெ துரத்தி உடறம்பாரு அதுவே பெருசு.”

“அப்பிடி என்ன பண்ணிட்டன். கஞ்சா கடத்துன்னா, மாமா வேலை பண்ணுன்னா.”

“இந்த லொள்ளு பேசறதுனாலெதா இந்த அடி. எலெக்ட்ரிக் ஷாக்குக்குத் தாங்குவியா. கவலை இல்லெ பாரு.”

பயிற்சியில் கவலை ஒழிப்பு பற்றிப் பயிற்சியாளர் சொல்லிக் கொண்டிருந்தார். கவலை கற்பனை வலை. தேவைக்கும் இருப்புக்குமுள்ள வித்யாசம் கவலையாக மாறும். கவலையை ஒழிக்க அட்டவணை போடுங்கள் என்றார்.

கவலைகள் அனுபவித்தே தீரவேண்டிய கவலைகள், தள்ளிப்போட வேண்டிய கவலைகள் அவசியமானவை, அலட்சியம்

செய்ய வேண்டியவை, தீர்க்க வேண்டியவை. குண்டலினி யோகி கவலை இல்லாதவன்.

சுந்தர் நடத்து வந்த பாதையும், கவலைகளில் பாரமாய் அழுத்திய சோபா சொன்னகதையைக்கேட்டு அதைப் பற்றி யோசித்தபடி வந்த மதனின் பாதையும் பத்து நிமிட நடையில் சந்திக்கும்படி ஒரே திசையில் இருந்தன. பெரும் பிரளயம் போல் காவல்துறை வாகனம் திருக்கோயில் வீதியில் அலைந்து கொண்டிருந்தது. நாலைந்து காவலர்கள் குறுக்கும் மறுக்குமாக சந்து வீதிகளில் அலைந்து கொண்டிருந்தார்கள். சற்று முன்னதாகவே கிளம்பிய சூரியன் அவர்களைச் சிரமப்படுத்திக் கொண்டிருந்தது.

அந்த வீதி சற்று அகலமானதுதான்.

இன்னும் அகலமானதாக விசாலமாக அந்த வீதியைச் சுற்றி மசூதி, தேவாலயம், திருக்கோயில் ஆகியவை இருந்தன. ஆனால் அவை எதுவும் மனிதர்களின் புகலிடமாக இல்லாமல் புனிதங்களைக் காத்துக் கொண்டிருந்தன. எல்லாமும் அந்த வீதிகளைப் போலவே விலாசமானவை பரப்பளவில். ஆனால் மனிதர்கள் தூங்க அவற்றில் இடமில்லை. தெருவில் தூங்கும் மனிதர்களுக்கான இல்லங்களுக்கு ரொம்ப தூரம் போக வேண்டியிருக்கும். அந்தப் பகுதியிலிருந்து அவையும் ஏதாவது அரசியல்கட்சி, அல்லது உள்ளூர் தாதாவின் கட்டுப்பாட்டில்தான் சிறுநீர் கழிக்க இரண்டு ரூபாய் என்ற வரி வசூலிப்பை மீறி பத்து ரூபாயாக அள்ளிக் கொட்டுவதைப்போல் பலருக்கு பயன்பட்டிருக்கிறது.

காவல்துறை வாகனங்களின் பரபரப்பு, காவல்துறை சார்ந்தவர்களின் பரபரப்பு எதையும் அறிந்து கொள்ளாமல் திருக்கோயிலினுள் பயிற்சி வகுப்புகளில் மதனும் இன்னும் சொச்சம் பேர்களும் ஈடுபட்டிருந்தார்கள்.

* * *

அன்றைக்குத் தீபப் பயிற்சி இருந்தது. தீபம் நெய் விளக்கால் ஆகியிருந்தது. நீண்ட அறையின் விளக்குகள், மின்விசிறிகள் அணைக்கப் பட்டு தியான சூழலைக்கொண்டு வந்திருந்தார்கள். மின்விசிறிகள் இல்லாதது மதனுக்கு சற்று மூச்சு விடச்சிரமம் தருவதுபோல் இருந்தது. மூச்சு சிரமம் என்றால் கொரானாவா. இருக்கலாம். இல்லாமலும் இருக்கலாம். எதற்கும் தீபப்பயிற்சியை முடிக்கலாம். ஒரு நிமிடம் தீபத்தினை பார்த்துக்கொண்டே இருக்கவேண்டும். இரு நிமிடம் கண்களை மூடிக்கொண்டிருக்க வேண்டும். இப்படி ஐந்து முறை செய்யவேண்டும். எல்லோரும்

கர்மாசிரத்தையாகச் செய்தார்கள் அவனும் செய்தான். சீவகாந்தம், உடல், மனம் என்று அலைந்தது. சஞ்சித கர்மம், பிராப்த கர்மம் என்று அலையும் மனிதன் புற மனம், நடு மனம், அடிமனம் என்று மூளையில் தரும் பாதிப்புகள் நிதானமடையும். துரியதவம் மன இயக்கம் நின்று உயிர் உயிராகவே நிற்கிறது என்றார் பயிற்சியாளர் ரவீந்திரன்.

இதெல்லாம் காலையில் ஐந்து மணிக்குச் செய்ய வேண்டுமாம். துரியதவம் அதன் பின் தொடரவேண்டுமாம். காலையில் செய்ய நிறையக் காரியங்கள் வந்து விட்டன. கால் பயிற்சியில் கால்களைத் தொட்டு இதமாக்க வேண்டும். இதையெல்லாம் செய்ய பல மணி நேரங்கள் ஆகுமே. கால்பாதங்களை தொட்டு உசுப்புவது, விரல்களை மசாஜ் என்ற வகையில் நசுக்கிக் கொள்வது என்று ஆரம்பித்து தவங்கள் செய்து முடிக்க மூன்று மணி நேரமாகுமே.

தீபப் பயிற்சி முடிந்த பிறகு ஞானப்பழம் என்று சொல்லி ஒரு வாழைப்பழம் மதனுக்குத் தரப்பட்டது. இனி நீ அருட்செல்வர் என்ற பட்டத்துடன் விளங்குவீர்கள் என்றார்கள்.

அருட்செல்வர் மதன் வாழ்க நலமுடன் என்று கோஷம் கிளம்பியது. வாழ்க்கையில் ஒரு பட்டம் கிடைத்து விட்டது. இதை எங்க எப்படி எந்த உறுத்தலுமின்றிப் பயன்படுத்தலாம் என்ற எண்ணம் வந்தது.

ஞானப்பழத்தை சாப்பிட்டான் மதன். கொஞ்சம் பசியாறியது. இன்றைக்கு சூப் காணோம். சுக்கு தேனீரும் காணோம். அவனுக்கு தீபம் மனதில் இருந்ததைவிட பயிற்சியாளர் காட்டிய பல படங்களில் ஒரு கார்ட்டூன் மனதில் நின்றுவிட்டது. பெண் துணி துவைக்கிறாள். அவளின் நீண்ட கூந்தல் சற்று தூரத்தில் இருக்கும் கணவனிடம் இருக்கிறது. அவனின் துணிகளை துவைத்துவிட்டு அவளின் கூந்தலில் ஈரம் காயப் போட்டிருக்கிறான் கணவன். தீபப்பயிற்சி என்று எவ்வளவு நேரம் பார்த்தும். இந்த ஒரு நிமிட கார்ட்டூன் ஏன் மனதில் வந்து நிற்கிறது. மனம் ஒரு விசித்திர மிருகம் என்று சொல்லிக் கொண்டான்.

பயிற்சி முடிந்து வெளியே வாழ்த்துகளைப் பரிமாறி வாழ்க வாழ்க என்று சொல்லிக் கொண்டவர்கள் திரிந்து கொண்டிருந்த காவல்துறை வாகனமொன்றின் வேகம், காவல் துறையினரின் பரபரப்பைக் கண்டு ஒரு நிமிடம் பின்வாங்குவதுபோல் தயங்கி நின்றார்கள். குத்த வரும் மாட்டை எதிர்கொள்வதுபோல் மிரண்டு சுரிதார் முனையை எடுத்து வாயில் வைத்துக் கொண்டாள் சோபா.

பக்கத்து வீதியில் வடநாட்டு இளைஞன் ஒருவன் குடியிருந்திருக்கிறான். கொரானா காலத்தில் அவனால் சரியாக வாடகை கொடுக்க முடியவில்லை. நடு இரவில் வீட்டுச் சொந்தக்காரர் வெளியே துரத்தி விட்டார். நடு இரவில் வெளியே வந்தவன் விசாலமான திருக்கோயில் வீதியின் முனையில் மற்றவர்களுடன் போர்வையை விரித்துக்கொண்டு படுத்து விட்டான். இளம் மனைவி நான்கு வயதில் ஒரு பையன். ஆறு வயதில் ஒரு பெண் குழந்தை... கோவன் சந்த மார்க் என்று அந்தப் பகுதியை அடையாளமிட்டு ஒரு பெரிய பளிங்குக்கல் இருந்தது. அதன் அடியில் ஒதுக்குப்புறமாய் இருக்கிறதென்று அவர்கள் படுத்துக் கொண்டார்கள். கோவன் சந்தின் மிகப்பெரிய பனியன் கம்பனி எட்டுநூறு மீட்டருக்கு அந்தப் பக்கம் இருந்தது. அதுவும் விசாலமான இடம்தான். அந்த வீதியைச் சுற்றி மசூதி, தேவாலயம், திருக்கோயில் ஆகியவைபோல் விலாசமானது தான். அந்தப் பகுதியின் பெயர் கொண்ட பலகை அந்த மார்வாடிப் பெயரில் இருந்தது நகராட்சியின் அங்கீகாரம் பெறாததுதான். ஆனால் அந்த மார்வாடி அவனின் செல்வாக்கால் அந்தப் பலகையை சில வருடங்களாய் வைத்திருந்தான். நகராட்சியின் துப்புரவு ஊழியர்கள் முதல் அதிகாரிகள் வரைக்கும் அது தெரிந்ததுதான்.

காலையில் வட நாட்டு இளைஞன் எழுந்து பார்த்தபோது படுத்திருந்த ஆறு வயது மகளைக் காணவில்லை. அந்தப் பக்கம் வந்த ரோந்து வாகனத்தை சாலையில் நின்று மறித்திருக்கிறான் இளைஞன். அதன் பின் பலர் சேர்ந்து விட்டார்கள் தின்பண்டத்தை சுற்றிச் சேரும் எறும்புகள் போல்.

சோபா அந்த அகலமான வீதியின் முக்கைத் தாண்டியபோது மேல் சால்வை அவளின் வாயிலிருந்து இறங்கவில்லை. அழுது கொண்டிருந்த வடநாட்டுப் பெண்ணைப் பார்த்தபடி நகர்ந்தாள். மதன் கொஞ்ச நேரம் வேடிக்கை பார்க்கலாம் என்று நினைத்தான். காவல்துறையினரின் பரபரப்பு அவன் எண்ணத்தினை மாற்றிக் கொள்ளச் செய்தது. விரைந்து போய் காவல் துறையினரின் கண்காணிப்பிலிருந்து விடுபட நினைப்பவன்போல் நடையை விரசலாக்கினான்.

★★★

11

“**எ**ங்க இருக்கீங்க. வேர் ஆர் யூ.”

“இன் டிரீம். கனவிலெ இருக்கேன்.”

“வெளியே வாங்க...”

“படுக்கையிலெ இருந்து குதிச்சாப்போதும் வெளியே வந்துருவேன்.”

“ஓகே. வெளியே வாங்க.”

“நீங்க போன் பண்ணுவீங்கன்னு எதிர்பார்த்தேன். மெசேஜ் கெடச்சது.”

“அப்புறம் போன் பண்ண வேண்டியதுதானே. லேடிஸ் பர்ஸ்ட்ன்னு...”

“மொதல் தரம் நீங்களா கூப்பிட்டா நல்லா இருக்குமுன்னு தோணுச்சு.”

“அப்பிடியா. உங்களுக்குத் தேவையானதுதானே சொல்லி யிருந்தேன். உங்களைப்பார்த்தவுடனே ஒண்ணு கேட்கத் தோணுச்சு.”

“என்னன்னு”

“நீங்க மாடலிங்கான்னு”

“அப்பிடியா. அப்பிடிக் கேட்டிருந்தா நான் என்ன சொல்லி யிருப்பேன் தெரியுமா. இன்ஜினியருன்னு சொல்லியிருப்பேன்.”

“நீங்க இன்ஜினியரா?”

“ஆமாம். படிச்சது என்ஜியரிங் தான். ஆனா வேலை பத்திரிகை நிருபரா. தற்காலிகமா. அதனாலே பாதிதா என்ஜினியர்.”

“நானும் பாதி என்ஜினியர்தா. எங்க டிபார்ட்மெண்ட்லே என்ஜினியர் பண்ற வேலையிலெ பாதிக்கு மேலே பண்ணுவன்.”

“அப்பிடியா”

“எங்க டிபார்ட்மெண்ட் ஆளுக யாரை வேணும்னாலும் கேட்டுக்குங்க.”

“சரிதா... நீங்க டீச்சரான்னு பல பேர் கேட்டிருக்காங்க ஏனோ அப்பிடி. பொம்பளைகிட்ட பேச ஆசப்படற ஒவ்வொருத்தரும் இப்படித்தா ஆரம்பிப்பாங்க. நீங்க டீச்சரான்னு.”

“டீச்சர்... என்ஜினியர்... மாடலிங்.... எல்லாத்துக்குமே தகுதியான ஆள்தா நீங்க. நான் டிபார்ட்மெண்ட்லே குழி தோண்டறது, லைன் மேன் வேலைக பாக்கறது, டெக்னிக்கல் சமாச்சாரங்கள் பாக்கறது மாதிரி.”

“சரி... வாழ்த்துக்கள். நீங்க குடுத்த தகவலுக்கு நன்றி. பாலோ பண்றேன்.”

“நேத்து அந்த ஸ்கூல் கட்டிடங்களை இடிச்சிட்டிருந்தாங்க. அப்போ வந்திருந்தீங்கன்னா பிரமாதமா ஸ்கூப் நியூஸ் ஒண்னு கெடச்சிருக்கும்.”

“முடியலே மதன், இன்னிக்கு வந்தா நியூஸ் எடுக்கலாமுன்னு நெனைக்கறேன். எங்க ஹெட்கிட்டே கேக்கணும். அதுதா நேத்து போகமுடியலே.”

“கிறிஸ்ட்டி நீங்க கண்டிப்பா அந்த நியூஸ் பண்ணணும். நல்ல பேர் கெடைக்கும்.”

“கண்டிப்பா மதன்.”

சுவிட்சர்லாந்தின் பின்னலாடைத்துறை நிறுவனம் ஒன்று பாப்பம்பாளையத்தில் ஒரு இலவசப்பள்ளி நடத்தி வந்தது. கட்டணம், புத்தகங்கள், மதிய உணவு என்று முழுக்க எல்லாம் இலவசம். அந்த சுவிட்சர்லாந்தின் பின்னலாடைத்துறை நிறுவனம் உள்ளூரில் வியாபாரம் செய்து வந்த பின்னலாடை நிறுவனத்திற்கு நிதி உதவி தந்து அந்தப் பள்ளியை நடத்தியது. ஐந்து ஆண்டுகள் முடிந்துவிட்டன. சுவிட்சர்லாந்தின் பின்னலாடைத்துறை நிறுவனம் அந்த வியாபார ஒப்பந்தத்திலிருந்து விலகி விட்டார்கள். எனவே இனி நிதி உதவி செய்ய இயலாது என்று சொல்லி விட்டார்கள். உள்ளூர் நிறுவனம் செலவு செய்து அந்த இலவசப் பள்ளியை நடத்த விரும்பவில்லை. ஆறு மாதங்களுக்கு மேல் இவ்வாண்டுக்கான கல்வித் திட்டங்கள் நடைமுறைப்படுத்தாததாலும் கொரானா காலத்தில் திறக்கப் படவில்லை. பள்ளி மாணவர்களுக்கு மாற்றுச் சான்றிதழ் தந்து வேறு பள்ளிகளில் சேர அறிவுறுத்தி விட்டார்கள். நிர்வாகம் கை கழுவிவிட்டது. அந்தப் பள்ளிக் கட்டிடத்தை இடித்து அதை நிலமாக விற்க ஏற்பாடுகள் செய்துவிட்டார்கள். உள்ளூர் நிறுவன உரிமையாளரின் கைபேசி எண்ணை மதன் கிறிஸ்டிக்குக் கொடுத்திருந்தான். இதை கிறிஸ்டி பணிபுரியும் பத்திரிகையில் ஒரு முக்கியச் செய்தியாக்கச் சொல்லியிருந்தான் மதன்.

“நல்ல நியூஸ்தா பாலோ பண்றன் மதன்.”

“நீங்க பண்ணணும்னுதா... சொன்னன். வேற பத்திரிகைக்கு கூட இந்த நியூஸ் தந்திருப்பேன். நீங்க பண்ணுனா நல்லா இருக்குமுன்னு.”

“கண்டிப்பா பண்றேன். உங்க டிபார்ட்மெண்ட் நியூஸ் ஏதாச்சும் கூடப் பண்ணணும்.”

“எங்க டிபார்ட்மெண்டைத் தனியாருக்கு விக்க எல்லா முயற்சிகளும் நடக்குது. கொரானா காலத்திலெ அலுவலர்கள்

வேலைக்கு வர முடியாமெ நிறைய சிரமங்கள். எங்களைப்போல தற்காலிக ஊழியர்களுக்கு சம்பளம் எட்டு மாசமா வர்லே... இது மாதிரி நிறைய இருக்கெ.''

“இதையும் பண்ணலாம் மதன். பாக்கலாமா. வாழ்த்துக்கள்.''

“வாழ்த்துக்கள்... வாழ்க... வாழ்க...''

“வாழ்த்துக்கள் மழையா இருக்கு''

“பயிற்சிக்குப் போன பின்னாலே இந்தப் பழக்க தோஷம்.''

வாழ்த்து நேர்மறை எண்ணங்களுக்கு வழிதரும் என்று சொன்னார்கள். நல்ல ஒலியே வாழ்த்து. பிறரும் நலமாக வாழவேண்டும் என்றக் கருத்தோடு. தன் வாழ்த்தும் அவசியம். ஓங்கி வாழ்வேன் என்ற நம்பிக்கை நிறை செல்வம், உயர் புகழ் அடைய வாழ்த்துக்கள் அவசியம். பிறரை வாழ்த்துங்கள். கணவன் மனைவி உறவு வளரவும் வாழ்த்துக்கள். சினம், சாபம், நோய் எல்லாவற்றையும் போக்கும் வாழ்த்துக்கள்.

“வாழ்க வளமுடன்.''

கைபேசியிலிருந்து குரல் வருகிறதா கிறிஸ்டிதான் துண்டிப்பு செய்து விட்டாளே. பக்கத்தில் நின்றிருந்த சதீஷ் தான் வாழ்த்துச் சொன்னான்.

“அறிமுக வகுப்புலே நீங்க டெலிபோன் டிபார்ட்மெண்ட் ஆளுனு சொன்னீங்க.''

“ஆமா. டெம்பரவரி.''

“எத்தனை வருசமா.''

“பனிரெண்டு வருசமா.''

“பனிரெண்டு வருசமாவா. நான் பி.இ., எதாச்சும் வேலைக்கு வாய்ப்பு இருக்குமான்னு...''

“ஆறு மாசம் முந்தி 5000 இன்ஜினியர் போஸ்ட் கால்பர் பண்ணுனாங்க.''

“அப்பிடியா. இனி வந்தா சொல்லுங்க. உங்க நெம்பர் இந்த பயிற்சி வாட்ஸ் அப்லே இருக்கு. கவனிச்சேன். ஏதாச்சும் உங்க டிபார்ட்மெண்ட் வேலை டெம்ப்ரவரியா இருந்தாச் சொல்லுங்க. நீங்களே பனிரெண்டு வருசமா டெம்ப்ரவரியா இருக்கறதா சொல்றீங்க...''

“நெலமை மாறும் வாய்ப்பு கெடைக்குமுன்னு நெனச்சோம் இப்போ நம்பிக்கை போயிட்டு இருக்கு. இப்போ என்ன பண்றீங்க.”

“அப்பா பண்ற பனியன் தொழிலுக்குள்ள போயிரக்கூடாதுன்னு முடிவா இருக்கேன். அவர் வா வாங்கறார்... இப்போ ஆன்லைன்லே சின்னச் சின்ன வேலைகள் பண்றேன். சொற்ப வருமானம்தா...”

தொலைபேசி மூலம் சர்வே எடுக்கும் வேலையை ஒரு நிறுவனம் தந்திருந்தது சதிஷுக்கு... குறிப்பிட்ட உரத்தை உபயோகிக்கும் விவசாயிகளுக்கு தொலைபேசி செய்து அதன் தரம், உபயோகம் பற்றி கேட்பது. தென்னிந்தியா விவசாயிகள் பலருக்கு ஆங்கிலத்தில் பேசுவது சிரமமாக இருந்தது. தென்னிந்தியா பகுதி என்பதால் சமாளித்தான். அடுத்து அரவிந்த் கண் மருத்துவமனை நுகர்வோருக்கு இதேபோல் ஒரு சர்வே. இப்போது சர்க்கரை வியாதி உள்ளவர்கள் பயன்படுத்தும் ஒரு மாத்திரை பயன்பாடு பற்றி ஒரு சர்வே செய்துகொண்டிருந்தான். அடுத்து சர்க்கரை வியாதி உள்ளவர்கள் கால்கள் மரத்து சூடு, குளிர்ச்சி தெரியாமல் இருக்கும்போது பயன்படுத்த ஒரு கருவி வந்திருப்பதைப் பற்றிய சர்வே இருக்கும் என்றான்.

“நல்ல வேலையாத்தாந் தெரியுது சதீஷ்”

“சொற்ப வருமானம். ஏதாச்சும் வேறெ இருந்தா சொல்லுங்க மதன்.”

“கண்டிப்பா... ஆனா ரெண்டு பேரும் ஒரு படகுலதா இருக்கம். வித்யாசமில்லெ.”

“சேந்து பயணம் பண்ணலாம்.”

“மூழ்கப்போற படகு என்னோடது. இதிலே நீங்க எதுக்கு சதீஷ்.”

★★★

தூரத்தில் நட்சத்திரங்கள் லேசாக மின்னிக்கொண்டிருந்தன. இன்னும் தூரத்தில் நீலப்பின்னணியில் மலைகள். பச்சையைப் போர்த்திய செடிகள் இருட்டுக்குள் பூந்து விட்ட மாயை. லேசான பனி, குளிர் எல்லாம் சேர்ந்து ரம்மியமாக்கியிருந்தன அந்த முன் இரவு நேரத்தை.

வண்டியை புங்க மரத்தடியில் நிறுத்திவிட்டு நீலவானத்தை மதன் கவனமாகப் பார்த்துக்கொண்டிருந்தான். தூரமாயிருந்த வீடுகளின் முகப்புகளில் சிறு விளக்குகள் எரியத்தொடங்கி விட்டன.

நம்பியூர் பாதையில் இவ்வகைக் காட்சிகள் மாலை நேரங்களில் சாதாரணமாய் அவனின் கண்களுக்குத் தட்டுப்படும். அந்தப் பகுதியில் கேபிள் பழுதிற்குச் செல்கிற போது தாமதமாகிற நேரங்களில் இந்த

வகைக் காட்சிகள் அவனுக்கு ஆறுதல் தரும். பேருந்தில் ஏறி உட்கார்ந்து கொண்டு ஜன்னல் வழியே காட்சியைப் பார்க்கும் அனுபவம் போல் இதுவும் அவனுக்குப் பிடிக்கும்.

இப்போதெல்லாம் நம்பியூர் பாதை வேலைகளை துரைக்கண்ணன் பார்க்கிறான். எனவே அந்தக் காட்சிகளைப் பார்க்கும் அனுபவமில்லாமல் போய்விட்டது அவனுக்கு.

எல்லாம் கடந்து போய்க்கொண்டிருக்கிற காட்சிகள். எல்லா அனுபவங்களையும் காட்சிகளாக இப்படி கடந்து போய்க் கொண்டிருப்பவைகளாகத்தான் அவன் பார்த்துப் பழகி வருகிறான். எல்லாம் அனுபவம். எல்லாம் நினைவுகளில் மிஞ்சிப் போகிறவை.

மதியம் செவந்தாம்பாளையம் பக்கம் போயிருந்தபோது குட்ஷெப்பர்டு பள்ளி முகப்பில் வாகனத்தை நிறுத்தி கைபேசியில் பேசிக் கொண்டிருந்தான். முதன்மைத் தொலைபேசி நிலையத்திலிருந்து ஆர்ப்பாட்டம் ஒன்றுக்கான அழைப்பு வந்தது.

மூவாயிரம் மாணவ மாணவிகள் படிக்கும் பள்ளி அது. குடிசை போன்று ஓலைக் கட்டிடத்தில் ஆரம்பிக்கப்பட்டு பத்தாண்டுகளில் மூன்று மாடிக் கட்டிடங்களைக் கொண்டு விஸ்தாரமாய் வளர்ந்து விட்ட பள்ளி.

மாணவ மாணவிகளின் கலகலப்பும் இரைச்சலும் எப்போதும் அந்தக் கட்டிடங்களோடு இயைந்தது என்பது போல் இருப்பது அவனுக்குப் பிடிக்கும். தொலைபேசி பழுதிற்குப் போகிற போதெல்லாம் பள்ளி உணவகத்திலிருந்து ஏதாவது சுவையான உணவு கிடைக்கும் அவனுக்கு. அப்போது அவனின் கைச் சமையலை எண்ணி நொந்து கொள்வான். இப்படிச் சுவையுடன் சமைக்க ஒரு பெண் தனக்கு எப்போது வாய்ப்பாள் என்ற ஏக்கம் அவனின் மனதுள் வந்து விடும்.

பள்ளியின் உள்ளிலிருந்து ஆசிரியர் ஒருவர் ஓடி வந்து அவனருகில் நின்று மதன் பேசி முடிக்கிற வரைக்கும் காத்திருந்தார்.

“லேண்ட் லைன் வேலை செய்யலே. ஆன் லைன் கிளாசுக்கு சிரமமா இருக்கு. கரஸ்பாண்டெண்ட் சார் கூப்பிட்டு வரச்சொன்னார்.”

“நாங்க ஸ்டிரைக்லே இருக்கம்”

“தெரியும். அவசரம். ஆன் லைன் கிளாஸ் டௌன் ஆகுது. நெட் வேண்டியிருக்கு.”

"ஸ்டிரைக்குன்னாலே வரதுக்குச் சங்கடமா இருக்கு."

"யார் போய் சொல்லப் போறா... சின்ன உதவி. வழக்கமா கவனிக்கறது இப்பவும் இருக்கும் மதன் சார்."

"சாரி. நாங்க ஸ்டிரைக்லே இருக்கம். ஸ்டிரைக் முடியட்டும் உடனே வந்து பாத்தர்ரன்."

"ஒரு வார்த்தை அவர்கிட்ட சொல்றீங்களா. நான் போய் சொன்னா திட்டுவார்."

"இதை சார் கிட்ட சொல்றதுக்கு எனக்கும் சங்கடமா இருக்கு. நீங்களே சொல்லிருங்க."

இதேபோல் இன்னொரு இடத்திலும் இதுபோல் மறுத்திருந்தான். நேற்று மதியம் நடந்தது சங்கர் அவனைக் கைபேசியில் அழைத்தான். "ஒரு இடத்துக்குப் போயிட்டு வரலாம்."

அவன் பிவி கார்டன் போகலாம் என்றான். நிஜாமுதீன் வீட்டு முன் நின்றான். புதுக்குடியிருப்புகள். பணம் உள்ளவர்களுக்கென்றே இருப்பதுபோல் நன்கு அழகாய் வடிவமைக்கப்பட்டவை.

உள்ளே நுழைந்தபோது நிஜாமுதீன் முன்பகுதி அறையில் மண்டியிட்டு தொழுது கொண்டிருந்தான். முடித்து விட்டு மதனைப் பார்த்தான்.

"வாங்க. அல்லா என் பிரார்த்தனைக்கு செவி சாய்த்திருக்கிறார்."

கைபேசி அழைப்பு வரவே உள் அறைக்குச் சென்று நாற்காலியில் உட்கார்ந்தபடி பேச ஆரம்பித்தான்.

"என் குடும்பத்துக்கு என்னென்னோ நடக்குது. அது தனிப்பட்ட முறையிலெ நடக்குதுன்னு நான் எடுத்துக்கொள்ள முடியாது ஆனால் தனிப்பட்ட முறையிலே நடக்கறதுதா. நான் சம்பிரதாயமான ஆசாமிதான்."

"உங்களுக்குச் சங்கடமா."

"ஆமா அவசியமாப்போச்சு அவங்களுக்கு. ரொம்பவும் அவசியமாப்போச்சு அவங்களுக்கு. எதிர்த்து ஏதாச்சும் செய்யணும். ஆன்மாவோட ஈடுபாட்டிலியும்தான் இதைச் செய்யணும்..."

"வேற வழியில்லையா..."

"போராட்டம்தான்... பச்சாதாபம் எளிமையானதுதான். ஆனா இதையெல்லாம் கொடுமையாத்தா பாக்கறேன். கருணை வார்த்தை களைக் கேட்டு மனசு அவமானப்படுது."

“போர்தானா?”

“கவுரவத்துக்கான போர். சாவு வந்தாலும் எதிர்க்க வேணும். ஒண்ணா சேந்து போராடலாம்.”

“தனி ஆளா நின்னு...”

“இல்லெ ஒரு ராணுவமே இருக்கு எங்க கிட்ட நிறையப் பேர் இருக்காங்க. நிறையச் சிக்கல்கள் இருக்கு. ஆனா இப்போ இருக்கற சிந்தனை ஒரே நோக்கம்தான் அதை எதிர்க்கறதுதான்.”

“வேற வழி யோசிக்கலையா?”

“இல்லே. நான் சொன்ன மாதிரி சாவு கூடப் பரவாயில்லை.”

“சாவுன்னு பெரிசா யோசிக்க வேண்டாமே.”

“எல்லாத்தையும் பெரிசு பண்ணிட்டாங்க. நானும் பெருசாத்தா எடுத்துட்டேன். ஒரு கை பாத்திர்ரதுன்னு.”

மதன் மெல்ல எழுந்து வெளியே வந்தான். வாகனத்தின் அருகில் சென்று நின்று இயக்கினான்.

“என்ன மதன் கிளம்பிட்டே. வேலை இருக்குன்னுதான் கூட்டிட்டு வந்தேன்.”

“என்ன வேலைன்னு சொல்லலே.”

“இந்த ஏரியாவுலே மொபைல் சிக்னல் சரியாக் கெடைக்காதுன்னு தெரியுமே. அவர் வீட்லே லேண்ட் லைன் வேலை செய்யலே. நெட் ரொம்பவும் முக்யம். பாக்கணும்ன்னு சொன்னார்ன்னு கூட்டிட்டு வந்தேன்.”

“நானும் ஓரளவுப் புரிஞ்சிட்டேன். ஆனா ஸ்டிரைக்லெ பால்ட் பாக்கற மன நிலையிலெ இல்லை.”

“நல்லா கவனிப்பார் மதன்.”

“அது ரெண்டாம் பட்சம்.”

“அப்புறம்”

“மொதல்லெ ஸ்டிரைக்குலே இருக்கேன் பண்ண விரும்பலே.”

“இவ்வளவு தூரம் வந்திருக்கம். வேலை செய்யறமுன்னு யாருக்குத் தெரியப்போகுது.”

“மனசு கேக்கலே. போலீஸ் அடுச்சதுலே உனக்கு எவ்வளவு காயம். கோபம்ன்னு நீ சொல்லக்கேட்டிருக்கேன். இப்போ அவர்

ரூமுக்குள்ளப் போயி பேசுனது என்னமோ சங்கடமா இருந்துச்சு. அதுதா வேண்டா."

"ஒரு நிமிசம் பாத்துட்டுப் போலாம் மதன்."

"வேண்டா வண்டியேறு. சரி ஒண்ணு கேட்கட்டுமா... உன்னோட போலீஸ் அனுபவங்களை ஒரு பத்திரிகையாளர்கிட்டே சொல்ல லாமா. கிறிஸ்டின்னு ஒருத்தர்."

"என்ன இப்போ அதுக்கு அவசரம். நிஜாமுதீன் சொன்னதுதா ஞாபகம் வருது... எனக்கு நடந்தது நான் தனிப்பட்ட முறையிலெ நடந்ததா எடுத்துக்கலே. ஆனா தனிப்பட்ட முறையிலெ நடந்ததா எடுத்துக்காமையும் இருக்க முடியலே."

★★★

12

அந்த நோட்டீஸ் திரும்பத்திரும்ப தினசரித் தாள்களில் சமீபமாய் ஒட்டிக்கொண்டிருந்தது.

திருக்கோயிலின் முன் அறையில் கிடக்கும் தினசரி அந்த பிரசுரத்தை தினமும் காட்டிக்கொண்டே இருந்தது. காலையில் அங்கு வருகிறபோது வாசலில் கிடப்பதை எடுத்து தெற்குப்பக்க மேசை மேல் வைப்பான் மதன். அப்போது அந்தப் பிரசுரம் கண்ணில் பட்டிருக்கிறது திரும்பத் திரும்ப.

இதில் தான் கொண்டு போய் சேர்க்க என்ன இருக்கிறது என்று யோசித்துப் பார்த்தான். எதுவும் தேறவில்லை.

"பழைய பட்டுப்புடவை அதிக பணமாகிறது" என்று கொட்டை எழுத்துக்கள் இருந்தன. மூன்றாம் வரியில் இருந்து ஏழாம் வரி வரை இன்னும் கொஞ்சம் சின்னதாய் எழுத்துக்கள். "பழைய வண்டி பேட்டரி அனைத்தும் வாங்கப்படும். பழைய யூபிஎஸ், இன்வெட்டர் பேட்டரிகள் வாங்கப்படும். பழைய கிழிந்த ரூபாய் நோட்டுகள் வாங்கப்படும்" என்றும் பழைய பொருட்கள் வாங்கப்படும் என்றும் மீண்டும் முதல் வரி அளவுக்கு எழுத்துக்கள் விசுவரூபம் எடுத்திருந்தன. பழைய டிஷ்யூ புடவைகள் ரூ 5,000 முதல் 25,000 ரை வாங்கப்படும். பழைய டிஷ்யூ புடவை கொடுப்பவர்களுக்கு 5 லிட்டர் குக்கர் வழங்கப்படும் என்று விசேச அறிவிப்பு இருந்தது. போன் செய்தால் போதும் வீட்டிற்கே வந்து வாங்கப்படும் என்ற அறிவிப்பு சின்ன எழுத்தில் சேர்ந்து கொண்டது.

இதில் தன்னால் என்ன தந்து விடமுடியும். அதென்ன டிஷ்யூ புடவைகள். விபரமுள்ள பெண்மணிகளைக் கேட்கலாம். கிறிஸ்டி அவ்வளவு விவரம் உள்ளவளா. இளம் பெண்களுக்குத் தெரியாத சமாச்சாரமாக இருக்கலாம். இளம் வயதினருக்கு பெரும்பான்மையான விசயங்கள் யூஸ் அண்ட் த்ரோதான். டிஷ்யூ புடவைகள் கூட அப்படித்தான் இருக்கவேண்டும். அதன் பெயரிலேயே டிஷ்யூ இருக்கிறது. குறுஞ்செய்தி அனுப்பி அவளிடம் விளக்கம் கேட்கலாம்.

வங்கி கையிருப்பு எதுவுமில்லை. கையிலிருந்த பணம் கரைந்துவிட்டது ஏகதேசம். நாடார் மளிகைக் கடையில் தாராளமாக கடன் வாங்கிக் கொள்ளலாம். இவ்வளவு வருட பழக்கம் எப்போதும் பிசகியதில்லை. இந்தப் பிசகலை இன்னும் கொஞ்ச நாளைக்குக் காப்பாற்றிக் கொள்ளலாம். பழைய யூபிஎஸ், இன்வெட்டர் பேட்டரிகள் பழைய ஸ்டோர் ரூமில் கிடப்பது ஞாபகம் வந்தது. செவந்தாம்பாளையம் பகுதியில் பழைய தொலைபேசிக் கம்பங்களைக் கழற்றிக்கொண்டு வந்தபோது பிரேக்கட், ஸ்டாக் போன்ற இரும்புப் பொருட்களை விட்டுவிட்டு வந்தது ஞாபகம் வந்தது. அது இப்போது மட்டுமல்ல எப்போதும் காசாகக் கூடியது.

வெறுமனே கிடக்கும் காலி தொலைபேசிக் கம்பங்களைப் பிடுங்கி கணக்கில் வராமல் பணம் சம்பாதித்தவர்கள் உண்டு. அவற்றை திருடிக்கொண்டுபோய் பணம் சம்பாதித்தவர்கள் உண்டு. செம்மொழி மாநாட்டின்போது புதிய கேபிள்கள் போடப்பட்டபோது பழைய கேபிள்களை எடுத்துத் தவறாக விற்று பணம் சம்பாதித்த தொலைபேசித் துறை ஊழியர்கள் மூவரை அவனுக்குத் தெரியும். அப்படித் திருடியவர்களைத் தொலைபேசித் துறையிலும் காவல் துறையிலும் காட்டிக்கொடுத்து தண்டனை பெற்றுத் தந்திருக்கிறான் மதன். உயர் அதிகாரிகளின் பாராட்டைப் பெற்றிருக்கிறான். பொன்னாடை கிடைத்திருக்கிறது.

கேபிள்கள் பதிக்கிற வேலையில் கிராமப்புறங்களிலும் அதிக நடமாட்டமில்லாத இடங்களிலும் போடும்போது அதிக ஆழமில்லாத குழிகள் என்றால் உடனே குழியைப் பறித்து கேபிளைத் துண்டிப்பு செய்து தீ வைத்து உருக்கி காசு பண்ணும் கூட்டம் இருந்து கொண்டே இருக்கிறது. இப்போதெல்லாம் சின்னச் சின்ன செலவுகளுக்குக் கூட இப்படி கேபிளை வெட்டி எடுத்து செலவை சரி செய்து கொள்கிறார்கள்.

விளம்பரப்படுத்தியிருந்த ஆண்டாள் பட்டு சென்டர் தற்காலிகமாக கூத்தம்பாளையம் அருணா கல்யாணமண்டபம் என்ற

இடத்தில் முகாமிட்டு இருப்பதாய் பிரசுரச் செய்தி சொன்னது. அலைந்து பிரேக்கட், ஸ்டாக் போன்ற இரும்புப் பொருட்களைச் சேகரித்தபோது கந்தல் மூட்டையாகிவிட்டது.

"நீங்க யார்" மூட்டையைப் பிரித்துப் பார்த்த அருணா கல்யாணமண்டபத்தில் இருந்தவர் கேட்டார்.

"வேணுமுன்னா எடுத்துக்குங்க. வேஸ்ட் மெட்டீரியல்ஸ்"

"நீங்க யார்?"

காலையில் பயிற்சி வகுப்பில் இதே கேள்வியைக் கேட்டார்கள். நான் யார்? உடலா, உயிரா, மனமா, அறிவா, ஜீவகாந்தமா. இதெல்லாம் இல்லாமல் போனால் பிணம்தானா? கவலைப்படும்போது ஜீவகாந்தம் பலம் போகிறது. இறக்கையில்லாத மின்விசிறி போலவா. சுழலும்போது இறக்கை மறையும் மையம் இல்லாமல் போகும். உயிருக்குள் மையமாய் அறிவும் மனமும் இருக்கிறது. அறிவாக இருக்கிறேன் என உணர்த்தும் தன்னை அறிதல் இப்போது கேள்வி கேட்கிறது. சுக்குத் தேனீரில் சுக்கு, நீர், சக்கரை எல்லாம் கலந்து உருவாகி இருப்பதைப்போல இவையெல்லாம் கலந்து தான் உடம்பு இயங்குகிறது என்றார்கள்.

அவன் சென்று வரும் பகுதிகளில் நான்கைந்து பழைய பொருட்கள் கடைகளில் அடையாளம் தெரிந்தவர்கள் இருப்பார்கள். கேள்வி கேட்பார்கள். அதனால் அந்தப் பிரசுரம் பார்த்து இங்கு வந்தான். ஓரிரு நாட்களுக்கான செலவுக்காகும். மூட்டையைத் திரும்பக் கொண்டு போய்விடலாமா என நினைத்தான். கேள்வி கேட்டவனின் முகம் இருள் அடர்ந்த மாதிரி தாடியால் ஆக்கிரமிப்பாகி இருந்தது. அவனின் கட்டம் போட்ட சட்டை வினோதமாகத்தான் இருந்தது. யோசித்துத் தெருவைப்பார்த்தான். உள்ளடங்கியத் தெரு. ஆட்கள் நடமாட்டம் எதுவும் இல்லை. அவன் கிளம்ப ஆயத்தமாய் வண்டியைப் பார்த்தான். அதற்குள் மூட்டையை எடைபோடும் ஆயத்தம் தெரிந்தது. ஒரு கிலோ பழைய செய்தித்தாள் ஆறு ரூபாய்க்குப் போகிறது. ஒரு கிலோ பிளாஸ்டிக் பொருட்கள் மூன்று ரூபாய்தான். அதிகம் மக்காத பல ஆண்டுகளுக்கு இருக்கும் பிளாஸ்டிக் பொருட்கள் மூன்று ரூபாய்தான் என்பது ஞாபகம் வந்தது.

அவன் கையில் தரப்பட்ட பணத்தை விரைசலாக பேண்ட் பாக்கெட்டில் நுழைத்தான். இங்கிருந்து கிளம்பினால் போதும். எவ்வளவு கிலோ வந்தது, எவ்வளவு ரூபாய் என்று கேட்கும்

மனநிலையில்லை. பயிற்சி வகுப்பின் மகா வாக்கியங்கள் ஞாபகம் வந்தன. தத்துவமசி... அதுவே நீயாக. அகம் பிரம்மாஸ்மி, நானே பிரம்மம். பிரக்ஞான பிரம்மம். தூய அறிவே தெய்வம் அயனாம்சம் பிரம்மா. இயக்க ஒழுங்கே தெய்வம்.

இப்போது இயங்கும் பாதை சரியானதா. நடப்பது சரிதானா. ஒருவகை திருட்டில்லையா.

காலையில் பயிற்சி மாலையில் இந்த மூட்டையோடு திரிந்தது உறுத்தியது.

குளத்து நீரா... கடல் நீரா... நான் என்று கேட்டுக்கொண்டான் மதன்.

மதனுக்கு வந்த ஒரு செய்தி (புலனம்)

"அறைக்கு வந்தேன். நன்றாகத் தூங்கிக்கொண்டிருந்தாய். காலைப் பயிற்சிகளின் காலத்தில் மாலையில் தூங்க ஆரம்பித்து விடுகிறாய். தொந்தரவு செய்ய மனமில்லை. ஓர் இடத்தில் மீன் கிடைத்தது ஓசியில். குளத்து மீன் என்றார்கள். கடல் மீனை நம்ப வேண்டாம். கதிர் வீச்சு, கழிவு... என்று பயமுறுத்தும். இரவில் சமைத்துச் சாப்பிடலாம். நல்ல இரவு உணவாக இருக்கட்டும். வீட்டுக்குக் கொண்டு போனால் அம்மா முணுமுணுப்பாள். அப்பா ஏசுவார். ஏசுவதாக இருந்து ஏதாவது சொன்னால் பரவாயில்லை. ஏசுவதை மட்டுமே ஏற்றுக்கொள்ள முடியாது. இரவு உணவை நல்ல உணவாக்கு, குளத்து மீனால்."

சங்கரின் கைபேசியிலிருந்து ஒரு கைபேசி அழைப்பு

"மதன் என்ன குரல் டல்லாயிருக்கு... கொரானா காலத்திலெ என்ன பண்றே. ஊருக்கும் வர்றதில்லெ, எப்படி சமாளிக்கறே. இந்த கொரானா இல்லாட்டி உனக்குப் பொண்ணு பாக்கறதே விரைவு பண்ணலாம். உங்க டிபார்ட்மெண்ட்டைக் காட்டி கல்யாணத்துக்கு வேண்டாங்கறே. என் சித்தப்பா பையன் நரேஷ் சினிமாவுலே உதவி இயக்குனரா இருக்கான். அவனும் நல்ல சான்ஸ் வந்து பெரியாள் ஆகற வரைக்கும் கல்யாணம் வேண்டாங்கறான். உன்னை மாதிரிதா. எப்போ செட்டிலாவீங்களோ நீங்கெல்லா. சமையல் நடக்குதா. உடம்பைப் பார். இதிலெ உங்காளுக ஸ்டிரைக்கிலே வேறே இருக்கீங்க. ஆறேழு மாசமா சம்பளம் இல்லன்னு கேள்விப்பட்டேன். அண்ணா கிட்ட கேளுடா. கேட்காமெ இருந்தா எப்பிடி... நான் சொல்லட்டுமா. கொரானா காலம் ஜாக்கிரதையா இரு. நான் வேப்பிலையை அரைச்சு சின்ன உருண்டையெ தினமும் சாப்பிடறேன். கபசுர குடிநீர் கூட வாரத்துக்கு ஒரு நாள் போதுங்கறாங்க."

“நல்லா இருக்கேன் அண்ணி. அண்ணன் எப்பிடி இருக்கார் பொண்ணு பாக்கறது... இந்த டிபார்ட்மெண்ட் வேலையைக்காட்டி அவமானப்படறதெல்லாம் இப்பத்திக்கு வேணாம். கொரானா காலம் வேற சிரமப்படுத்துது. ஊருக்கு வரணும். செலவுதான்.”

“செரி. உடம்பைப் பாத்துக்க. உன் போட்டோ பேஸ்புக்லே அவ்வளவு தெளிவா இல்லை. உங்கப் போராட்ட, ஆர்ப்பாட்ட போட்டோ பேஸ்புக்குலே இருந்தது. சிலது பாத்தேன். போராடு. அடி வாங்கிராதே. போலீஸ்காரன் கிட்ட ஜாக்கிரதையா இரு... இறைவா எங்கள் சுமைகளை எளிதாக்கு.. நீரே என் கஷ்டம் உணர்ந்து நாங்கள் வாழ்ந்திட அருள்தாரும்ன்னு ஆண்டவர் கிட்ட வேண்டிக்கறேன் மதன்.”

“தாங்க்ஸ் அண்ணி.”

அவன் அண்ணன் கிறிஸ்துவப் பெண்ணைக் காதலித்துத் திருமணம் செய்து கொண்டவன். அதனால் பாக்கியசாலியானவன்.

சமீபத்தில் ஆர்ப்பாட்டம் ஒன்றில் போலீஸ்காரனிடம் அடி வாங்கியது ஞாபகம் வந்தது. புட்டத்தில் பிரம்பால் நல்ல அடி. தொழிற்சங்கத்தோடு இணைந்த கட்சி சார்பில் பெட்ரோல் விலை உயர்வு பற்றிய ஆர்ப்பாட்டம் ஒன்றுக்கு சவுந்திர பாண்டியன் கட்டாயப்படுத்தி அழைத்திருந்தார். கொஞ்சம் தள்ளு முள்ளு ஆனதில் போலீஸ் லத்திகளையும் பிரம்புகளையும் ஓங்கினர். பிறகு அடித்தும் விரட்டினர். பலமான அடிதான். புட்டத்தில் சிறிதாய் காய்ப்பு வேறு ஆகிவிட்டது.

போன வாரம் அப்படித்தான் ஒரு போலீஸ்காரனின் தடி அவனின் தோளில் மெல்ல இறங்கியது. அவன் தடுத்ததால் அதிக வலியில்லை. முகக்கவசம் போடாததால் அடி என்றார்.

“இதுக்கெல்லாம் அடிக்கணுமா சார். பாக்கெட்லதா இருக்கு. போட்டுக்கறேன்.”

“அப்ப ஹெல்மெட் போடாதத்துக்கு அடின்னு நெனச்சுக்கோ சரியா.”

கொரானா பரிசோதனைக்காய் நிற்கும் அரசு மருத்துவமனை வண்டிகளில் நடந்த இரு முறை கட்டாயப் பரிசோதனைகளில் பாதகமில்லை. ஆம்புலன்ஸ் பயம் இருந்து கொண்டே இருந்தது அவனுக்குள். பக்கத்து வீட்டில் பாலு கொரானாவில் செத்துப் போயிருந்தார். மோசமான சர்க்கரை நோயாளி அவர்... அடுத்த வீதியில் இருக்கும் நெல்சன் தனிமைப்படுத்திக் கொண்டிருந்தார் வீட்டில் அரசு

மருத்துவமனை ஊழியர்களின் வழிகாட்டுதல்கள்படி... அவர் மனைவி மீண்டிருந்தார் கொரானாவிலிருந்து.

ஒரு சந்திப்பு

மீனைக்கழுவி உப்பு போட்டு விட்டு நிமிர்ந்த போது நான்கு பெண்கள் அறைக்குள் நுழைந்து விட்டார்கள். எல்லோரும் உயர்நிலைப் பள்ளி மாணவிகள். இருவர் பத்தாம் வகுப்பும் மற்றவர்கள் ஆறாவது படிப்பவர்கள். அதில் இருந்த ரோகிணியின் மூக்குத்தி அவன் மனதில் விழுந்தது. மூக்கில் இருந்தது அந்த மின்னல் சின்னம் சற்றே கருத்த நிறத்தில் இருந்தது. மூக்குத்திக்கு ஏதாவது விலையுயர்ந்தக் கல்லை மூக்குத்தியாக்கியிருப்பார்களோ என நினைத்தான் மதன்.

"மீன் வாசம். அல்லது நாத்தம் வருதே."

"சமைச்சா வாசம் வரும். இப்போ நாத்தம்தா."

"அப்போ நாங்க இருந்து சாப்புட்டுப்போறம்."

"அதெல்லா வேண்டாடி. வந்த காரியத்தைப் பாத்துட்டுப் போலாம். வீட்லெ திட்டுவாங்க."

கிரிஜா சற்றே பயத்துடன் சொன்னாள். "சீக்கிரம் போலாண்டி."

அந்த வீதியின் முக்கு வீட்டிலிருப்பவள் ரோகிணி. ஒழுங்கமைப்பு கொண்ட வீதி அது. சிமெண்ட் தரை வீதி முழுக்க. அவரவர் வீட்டு முன்னால் ஏதாவது மரமோ செடிகளோ பச்சையாய் இருக்கும். பள்ளிகள் திறந்து ஆன்லைன் வகுப்புகள் நடக்கின்றன. பள்ளியில் ஒரு விஞ்ஞானக்கண்காட்சி. தொலைபேசி சம்பந்தமான பொருட்களை வைக்க ஆசைப்பட்டாள் ரோகிணி. பழைய டயல் கொண்ட தொலைபேசி ஒன்றைக் கேட்டிருந்தாள். மவுத்பீஸ், டிராப் ஒயர் துண்டுகள், கேபிள் துண்டுகள் என்று எல்லாவற்றையும் கேட்டிருந்தாள். டயல் போன் ஒன்றையும் தந்திருந்தான். பேஜரைக் கேட்டாள். இருக்கிறது. தேடித்தருகிறேன் என்றான். டவர் சித்திரங்கள் சிலதை எடுத்து வைத்திருந்தான்.

வெளியில் ஏதோ ஆம்புலன்ஸ் சத்தம் கேட்டது.

"என்னனு பாக்கலாமா?"

"சரி... நாங்களும் போறம். அந்த பேஜர் எடுத்து வையுங்க."

"ஓகே. ரோகிணி இங்க வரும்போது மூக்குத்தி ஒண்ணு இருந்துச்சே. இப்போ காணம்"

“அங்கிள் அது பொட்டு. இப்போ நெத்திக்கு வந்திருச்சு பாருங்க. சின்ன விளையாட்டுதா. பலரை ஏமாத்தியிருக்கேன். இவ்வளவு கறுப்பு நிறத்திலெ எங்க மூக்குத்தி இருக்கு.”

“பவளம், ஜெம்ன்னு ஏதாச்சும் கல்லுலே செஞ்சதா இருக்குமுன்னு நெனச்சேன்... ஏமாந்துட்டேன்.”

ஆம்புலன்சின் சத்தம் சற்றே நெருங்கி வந்திருந்தது. கொரானா பரிசோதனை வண்டிகள் அவனுக்கு ஞாபகம் வந்தன. நாய் ஒன்று எவ்வித பயமில்லாமல் அந்த ஆம்புலன்ஸ் சத்தத்திற்கு எதிர்ப்பு தெரிவிக்கும் விதமாய் குரல் எழுப்பியது. நாலைந்து சிறுவர்களின் குரல்கள் சேர்ந்தன.

ஓ... என்று உற்சாகக் குரலில் கேட்டது. நான்கு பெண்களும் வியப்பால் தங்களைப் பார்த்துக் கொண்டார்கள்.

சங்கரின் செய்தி, அண்ணியின் அழைப்பு, நான்கு பெண்களின் வருகை இதெல்லாம் இந்த மாலையை ரம்மியமாக்கியது அவனுக்கு.

★★★

13

தன்யவாத்... தன்யவாத்... அந்த வடநாட்டு இளைஞன் சூப்பு சோமுவைப் பார்த்து உடம்பை வளைத்து தலையைச் சாய்வாக வைத்துக் கொண்டு வணக்கம் சொன்னான்.

“அடுத்த வாரம் ஒரு முக்கியமான கூட்டம் இருக்குது. கிரவுண்ட் புதரையெல்லாம் கொறச்சா நல்லா இருக்குமுன்னு ஆள் தேடுனா நம்மாளுக யாரும் கெடைக்கலெ. வடநாட்டுக்காரந்தான் கெடச்சான். என்ன இப்பிடியாகுது. வேலைக்குன்னு ஆள் தேடுனா இவனுகதா கெடைக்கறானுக.”

“நம்மாளுகன்னா நீங்க பூணூல் போட்ட மாதிரியா கெடைக்குற ஆளெ வெச்சுப் பண்ணிக்க வேண்டியதுதான்.”

“பூணூல் சமாச்சாரமெல்லா இப்பொ நிறையப் பேர்த்துகிட்ட மறுபடியும் வந்திருச்சு. நான் சொன்னது தமிழ் ஆளுக. நானும் பிராமின் இல்லையே.”

அந்த வடநாட்டு இளைஞன் பெருமாநல்லூரில் இருப்பதாய் இந்தியில் சொன்னான். “கட்டிட வேலைக்கு ஆள் வேணும் வர்றீங்களா?”

“சுக்ரியா... வர்றம்...”

“இந்தி பேசற ஆளுகளா இருந்தா நல்லதா.”

“கட்டிட மேஸ்திரி இந்தி தெரிஞ்ச ஆளா இருக்கட்டுமே”

“இது நல்ல யோசனைதா. இவனுக தமிழ்ப் படிக்க மாட்டாங்க. நாமதா இந்தி கத்துக்கணும். இந்தி வாழ்க.”

பெருமாநல்லூர் பகுதியில் பல தோட்டங்களில் வெளிமாநிலத் தொழிலாளர்கள் கும்பல்கும்பலாகத் தங்கியிருந்தார்கள். தோட்டத்து இலவச மின்சாரத்தில் பெரிய தொட்டிகளில் தண்ணீர் நிரப்பி விட்டால் குளித்து விட்டு கிளம்பி விடுவார்கள். எல்லா அறைகளும் தகரக்கொட்டாய் மறைப்புகள்தான். குடும்பம் என்றால் இன்னும் மறைப்பு பலமாக இருக்கும். அவ்வளவுதான். கொரானா காலத்தில் சும்மா இருக்க முடியவில்லை. ஊருக்குப் போகிறோம் என்று பல இடங்களில் மறியல் செய்து போராட்டம் நடத்தி விசேசத் தொடர்வண்டிகள் மூலம் கிளம்பிப் போய்விட்டார்கள்.

சிலர் விமானம் மூலமும் திரும்பி வந்தார்கள். நிலைமை ஓரளவு சரியாகிவிட்டது என்று பேருந்து பிடிக்கப் போன வேகத்திலேயே பலர் திரும்பினர்.

“போன மச்சான் திரும்பி வந்தான் புது மணத்தோடங்கற மாதிரி”

“தேடிப்போன மருந்துக்கொடி கால்லே மாட்டிகிட்டது போல தவற விட்டவங்க நிறையப் பேரு.”

“தேர் ஓடி நிலைக்குத்தா வரணும்.”

“தேருக்குள் சிங்காரம். தெருவெல்லாம் அலங்காரம்.”

“இது எதுக்கு சம்பந்தமில்லாமெ பழமொழி... எசப்பாட்டுதா. நான் ஒண்ணு சொல்ல நீ ஒண்ணு சொல்றதுன்னு.”

வடநாட்டுக்காரனிடமும் வாழ்க வளமுடன் சொல்லி அனுப்பினார் சூப்பு சோமு. மதன் மெல்ல சிரித்துக்கொண்டான்.

கைபேசியில் வாட்ஸ் அப் செய்திகளில் காலை வணக்கம், மாலை வணக்கம், இரவு வணக்கம், வாழ்க என்று தினமும் வாழ்த்துச் செய்திகள் வந்து விழுகின்றன. நூற்றுக்கணக்கில் அவனுக்கும் பயிற்சிக்கு வந்தபின் வாழ்க வளமுடன் என்று வாழ்த்துச் சொல்வது சாதாரணமாகிவிட்டது.

இன்று காலையில் ஒரு தொழிற்சங்கத் தலைவர் கூப்பிட்டு போராட்டத்தினைத் தீவிரப்படுத்த வேண்டும் என்றார். சமீப பழக்கமாய் வாழ்க நலமுடன் சொல்லித்தான் ஆரம்பித்தான் மதன்.

காலையிலும் அப்படித்தான்.

“என்ன தோழர் புதுசா இருக்கு!”

“ஒரு பயிற்சிக்கு போயிட்டிருக்கேன். உடம்பு சம்பந்தமான நிறையப் பயிற்சிகள் தேவைப்படுது. உடம்பையும் பாத்துக்க வேண்டியிருக்கே.”

“அதெல்லாம் சரிதா. ஆனா இது மாதிரி விசயங்களில் ஈடுபடறது போராடற, புரட்சி ஆயத்தங்களைக் கொண்டுட்டுப் போற நடவடிக்கைகளுக்கு இடஞ்சலா இருக்குமே தோழர். ஓரடி முன்னே ஈரடி பின்னேன்னு ஆயிரும்.”

“இதை மொதல்லியே சொலியிருக்கீங்க. உடல் பயிற்சிங்கற முறையிலெதா.”

“அதோட நிறுத்திங்குங்க தோழர். நாம பண்ண வேண்டியது நிறைய இருக்கு. போராட்டத்தெ தீவிரப்படுத்தணும்.”

“பண்ணீர்லாங்க தோழர். கொரானா சீர் ஆகலே முழுமையா.”

“அது தீர்றதுக்கு ரொம்ப நாளாகும் தோழர். நாமதா நம்ம உடம்பெ நல்லா எதிர்ப்புச் சக்தி உள்ளதா வெச்சுக்கணும். செரி அடுத்த கட்டப்போராட்டம் பத்தி கலந்து ஆலோசிக்க இன்னிக்கு மாலை மெயின் எக்சேஞ்சுலே மீட்டிங் இருக்கு வாங்க.”

“வந்திர்ரங்க.”

“லால்சலாம் போராட்டம் தொடரட்டும். இந்தப் போராட்ட சமயத்திலெ டிபார்ட்மெண்ட் சம்பந்தமான எந்த வேலையும் செய்ய வேண்டாம். பால்ட்டுன்னு யார் கூப்புட்டாலும் போக வேண்டாம். எக்சேஞ்சிலெ எது நடந்தாலும் போக வேண்டாம். எக்சேஞ்சிலே தீப்பத்தி எரிஞ்சாலும் போகவேண்டாம். எட்டு மாசமா உங்களுக்கெல்லாம் சம்பளம் தராமெ இழுத்தடிச்ச வயிறு எரிய வெக்கறாங்க. அவங்களெ போராடித்தா எதிர் கொள்ளணும். மாலையிலெ சந்திப்போம். ஏதாச்சுன்னா ஆபீசர்ஸ் பாத்துகிட்டும்”

மதன் மறுமொழியாய் அவருக்கு வாழ்த்துச் சொல்வதைத் தவிர்த்தான். இசகுபிசகாய் வாழ்க நலமுடன் சொல்லிவிட்டால் என்ன செய்வது. ஜாக்கிரதையாக இருந்தான். பயிற்சிக்கு வந்தபின் இந்த வாழ்த்து மழையிலிருந்து தப்ப முடியவில்லை. “என்ன ஓரடி முன்னே ஈரடி பின்னயா.”

குழந்தைகளுக்கு வாழ்த்து, உடன்பிறந்தோருக்கு வாழ்த்து, சக உதிரம் நலம் வேண்டி வாழ்த்து, நண்பர்களுக்கு வாழ்த்து, எதிரிகளுக்கு வாழ்த்து, வாழ்த்துவதால் வளரும் செடிகள் முள் இல்லாமல் கூட அவை வளர ஆரம்பிக்கும். வாழ்த்தால் தொட்டாஞ்சிணுங்கியாக

இல்லாமல் பூத்திருக்கும் ரோஜா போல் ஆகலாம். இந்த வாழ்த்தால் பேராற்றல் பெருகும். திருடனை வாழ்த்தினால் திருடியதைத் திருப்பித் தருவான். மாரி பொழிந்து குளம் ஏரி அனைத்தும் நிரம்பட்டும். வாழ்த்தால் வெளியே போகும் ஆசை இருந்தால் அய்யோ மழை வேண்டாமே என்ற ஆசைகள் எங்கோ சில ஆத்மாக்கள் மழையை விரும்புவதால் கொஞ்சம் மழை பொழிகிறது. நிமிர நிமிர வால் இல்லாது போனது குரங்கிற்கு. வாழ்த்துச்சொல்லச் சொல்ல நிமிர முடியும் மனிதனால். எல்லாவற்றையும் பிரித்தால் கடைசியில் எல்லாம் விண் என்ற ஆகாசத்தினுடையக் கூட்டு என்பது தெரியவரும். புலனறிவு, விண்ணறிவு, மெய்யறிவு எல்லாம் துகள்களின் பாதிப்பால் நிறைந்தது. வாழ்த்தால் காக்கை குருவி எங்கள் ஜாதி நீள் கடலும் மலையும் எங்கள் கூட்டம் என்றாகிவிடும் அங்கிங்கெனாதபடி எங்கும் பிரகாசமாய் ஆனந்தப்பூர்த்தியாகி அருளோடு நிறைந்தது இவ்வுலகம் பிரம்மமே அறிவாக இருக்க வாழ்த்துவோம் என்று பயிற்சியில் சொன்னார்கள்.

“சலாம் சாப்”

புது வாழ்த்து... திரும்பிப்பார்த்தான் மதன். வடநாட்டு இளைஞன் இளம் பெண் ஒருத்தியுடன் நின்றிருந்தான்.

“கியா... கியா...” சூப் சோமு கண்புருவங்கள் தெறிக்க அவனைப் பார்த்தார். முன் நின்ற தொந்தியும் கேள்வி கேட்பது போலிருந்தது. நரைத்த மார்பின் மயிர்கள் விசித்திரமாய் நின்றன.

“கட்டிட வேலைக்கு ஆள் வேணுமின்னு சொன்னீங்க.”

“ரெண்டு நாள்லே சொல்றன். இது யாரு”

“பத்தினி”

“ஓகே... டிகே... திருக்கோயில் கட்டிட வேலைக்கு ஆள் வேணும் காம்பவுண்ட் சுவர் கட்டணும். சொல்ரன்” கூட வந்து நின்ற அருணாசலம் “நம்மாளுகளைத் தேடி வேலைக்கு வெக்கலாங்க” என்றான்.

“செரி... நீயும் தேடு. இந்தி தெரிஞ்ச மேஸ்திரி, சூப்பர் வைசர் தேவையில்லெ பாருங்க. தேடு.”

“இவனுக பண்ற கூத்து இன்னொரு பக்கம் இருக்கும். பொண்டாட்டி சின்ன வயசா இருக்கா. எதையும் விப்பானுங்க.”

“செரி நீ போப்பா அப்புறம் வா... என்ன அருணாசலம் தாறுமாறா எதையோ சொல்லிட்டு...”

வடநாட்டு இளைஞன் ஒருவன் வலைதளம் மூலம் மனைவியை விற்ற செய்தியை சொல்ல ஆரம்பித்தான் அருணாசலம். ரேவத் குமார் இருபது வயதுப் பெண்ணைத் திருமணம் செய்து இரண்டு மாதங்களுக்குப்பின் இன்னும் வரதட்சணை கேட்டு கொடுமை செய்து மனைவியைத் துரத்தியிருக்கிறான். மனைவியின் அந்தரங்கப் புகைப்படங்களை நண்பர்களின் வாட்ஸ் அப்பில் பகிர்ந்து கொண்டிருக்கிறான்.

தேவைப்படுவோருக்கு மனைவியை விற்கத் தயாராக இருப்பதாக விளம்பரம் செய்திருக்கிறான். அகப்பட்டுக்கொண்டான்.

"இது மாதிரி அவங்க மட்டுமா செய்யறாங்க. நம்மாளுக செய்யலியா?"

"இதுக்காக பொண்டாட்டியை விலைக்கு வாங்கிக்கோன்னு புருசன் விளம்பரம் தர்றது..."

"அதெல்லா நடக்கக் கூடாது நல் வழியிலே நடக்கணும்ன்னுதா இங்கத் திருக்கோயிலுக்கு வரச்சொல்றது. உடல் பயிற்சிலெ இருந்து வாழ்த்துப் பயிற்சி வரை பண்ணச் சொல்றது. ரெண்டு வீதி தள்ளி ஒரு கிறிஸ்துவன் வீட்லெ என்ன நடந்துச்சு. அதுக்கு அவங்க போலீஸ்காரன்க வேற. அவன் செத்துப்போயிட்டான். உயிர்த் தெழுவார்ன்னு மூணு நாள் ஜெபம் பண்ணிட்டே இருக்கானுங்க. பொணம் நாத்தம் எழும்பிருச்சு. எல்லா எடத்திலியும் எல்லாக் கதையுமிருக்கு."

***

14

அந்த இடத்திற்கு ஜாலியன் வாலாபாக் என்று பத்திரிகை யாளர்களும் மற்றவர்களும் மறைமுகமாகப் பெயரிட்டு இருந்தார்கள். அப்படித்தான் அது மாறிப் போயிற்று. செவந்தாம்பாளையம் அப்படிப் புதுப்பெயரால் வழங்கப்படுகிறது.

நேற்று உடல் ஊனமுற்றவர்கள் அவர்களுக்கான நிவாரணத் தொகை வழங்க வேண்டும் என்று கோரி ஒரு ஆர்ப்பாட்டம் நடத்தினார்கள். அந்த ஆர்ப்பாட்டம் இரண்டு, மூன்று தினங்கள் தொடர்ந்து நடைபெற்றதால் பதற்றமான சூழல் உருவானது. காவல்துறையின் லேசான தடியடியுடன் அது நிறைவுபெற்றது. அவர்கள் கலைந்து போனார்கள்.

கொஞ்ச நாள் முன்னால் வடமாநில தொழிலாளர்கள் விசேஷ ரயில்கள் மூலம் அவர்களை ஊருக்கு அனுப்பி வைக்க வேண்டும்

என்று கோரி அங்குதான் ஆர்ப்பாட்டம் நடத்தினார்கள், அந்த ஆர்ப்பாட்டம் சில நாட்கள் தொடர்ந்தது.

அவர்களைக் கட்டுப்படுத்தி நான்கைந்து நாட்கள் வைத்து இருந்தார்கள். பிறகு வழக்கம்போல் ஒருநாள் லேசான தடியடி நடந்தது. தடியடிக்குப் பின்னால் அவர்கள் அனுப்பி வைக்கப் பட்டார்கள். ஆகவே எல்லோருக்கும் கட்டியணைத்து முத்தமிடுவது போல லத்தியால் அடித்து விரட்டுவது ஒரு செயல் என்பதுதான் காவல்துறையின் செயல்பாடு போல ஜாலியன் வாலாபாக்கில் நடந்துகொண்டிருந்தது.

அந்த இடம் நகரத்திலிருந்து ஒதுக்குப்புறமான இடமாக இருந்தது. இப்போதெல்லாம் ஏதாவது பிரச்சனை சார்ந்து ஆர்ப்பாட்டம், உண்ணாவிரதம் என்று அனுமதி கேட்கிறபோது காவல்துறை நகரின் மத்தியில் நடத்த அனுமதி தருவதில்லை. இதுபோல் நகரத்தின் ஒரு பகுதியில் எங்காவது ஒரு மூலையில் அனுமதி கொடுத்து விடுகிறார்கள்.

அவர்களைத் தனிமைப்படுத்துவது, தடியடி செய்வது, விரட்டுவது என்பதற்கு நகரின் புறப்பகுதியில் இருப்பது காவல்துறைக்கு சௌகரியமாக இருந்தது. நேற்று நடந்த ஊனமுற்றோர் மீதான தாக்குதலுக்குள்ளான தாக்குதல் இடம் என்று அதைப் பார்ப்பதற்காக கிறிஸ்டி வந்திருந்தாள். இன்னும் கொஞ்ச தூரம் நடந்து போனால் தோட்ட வழிகள் தென்படும். ஆகாயம் எந்த குறுக்கீடும் இல்லாமல் சுலபமாகத் தென்படும்.

தூரத்தில் நேராகச் சென்று எங்கும் மறைந்துவிடும் பாதையில் தென்படும். சின்ன கடைகள் அங்கு வந்து சென்றதன் அடையாளமாய் ஓலைகளும் கொட்டகைகளும் தென்படும். கிறிஸ்டி நான்கு பக்கங்களிலும் மூங்கில் தடுப்பு கொண்டு அமைக்கப்பட்ட அந்த இடத்தைக் கவனித்தாள். இந்த நிரந்தரப் பந்தலை யார் வைத்திருப்பார்கள். தினந்தோறும் ஏதாவது ஒரு போராட்டம் நடக்கிறது. தினந்தோறும் ஒரு பந்தலைப் போடுவதற்கும் கழட்டுவதற்கும் என்று நிறைய செலவாகும். ஆகவே நிரந்தர கொட்டகையாய் காவல்துறையே அமைத்து இருக்கக்கூடும் என்று நினைத்தாள். அந்தப் பக்கம் ஓடி வந்த ஓர் ஆட்டுக்குட்டி அந்தப் பந்தலுக்குள் போய் நின்றுகொண்டது. அதன் கால்களின் தடுமாற்றம் அதன் இளம் வயதைக் காட்டியது. அதன் தோல் வெண்மை நிறம் அழுக்கடைந்து அது பராமரிக்கப்படாமல் இருப்பது போல் இருப்பதாய்த் தோன்றியது அல்லது அதை இயல்பாய் இருக்கலாம்,

இயல்பாய் எங்காவது ஓடிக் கொண்டிருக்கலாம். நெளிந்து கொண்டிருக்கலாம் என்று தோன்றியது.

மூங்கில் தடுப்பு ஒன்றின் மீது அவள் உட்கார்ந்து அவளின் எடையை அது தாங்குகிறதா என்று கவனித்தாள். தாங்குவதாக இருந்தது. கொஞ்ச நேரம் சுலபமாக உட்கார்ந்து கொள்ளலாம் என்று தோன்றியது.

வாகனங்களின் பரபரப்பு சற்றே குறைந்து போயிருந்தது. ஆடு மிரள மிரள அவளைப் பார்த்துக் கொண்டிருந்தது.

அதனை நெருங்கி தன் கைகளுக்குள் கொண்டு வந்தாள். ஆட்டுக்குட்டியின் முகத்தில் இருந்து வந்த ஒரு வகை நாற்றம் அவளை கொஞ்சம் விலகி இருக்கச் செய்தது. ஆனால் அந்த ஆட்டுக்குட்டி மெல்ல அவள் பக்கம் வந்து நின்றபோது வேறு வழியில்லை தொட வேண்டும் என்று அவளுக்குப் பட்டது. அதன் தோலின் மிருதுத் தன்மையை உணர்வுகள் போல மெல்ல தடவிக் கொண்டாள். அதன் மூக்கில் இருந்து திரவம் ஏதாவது கசிந்து கொண்டிருக்கிறது என்று பார்த்தாள். அதன் நெற்றியில் யார் யாரோ சிவப்புச் சின்னத்தை உருவாக்கியிருந்தார்கள் அப்படி என்றால் இது ஏதாவது கோவிலுக்கு நேர்ந்து விடப்பட்டதா அல்லது நெற்றியில் சிவப்பு குறியைச் சாதாரணமாகப் போட்டு இருக்கிறார்களா. அந்தக்குறி விசேஷமாகத் தான் அவளுக்குத் தோன்றியது. குடியிருப்புகளுக்கு மத்தியில் பனியன் கம்பெனிகள் சுகமாக இருந்தன அவற்றின் இயக்கங்களும் நிச்சயமாக குடியிருப்பு வாசிகளைப் பயப்படவைக்கும்... ஆனால் அதற்கெல்லாம் அவை விதிவிலக்கல்ல என்பது போல. விதி விலக்கு இல்லை என்பதுபோல பனியன் கம்பெனிகள் மக்களுடன் இயைந்து போய்விட்டன.

அதேபோல நகரம் என்றுதான் பெயர். பல வீதிகளில் ஆடுகளும் வளர்ப்பது என்பது சாதாரணமாகிவிட்டது. கொஞ்ச இடம் இருந்தால் ஆட்டுக்குட்டியை பார்க்க முடிவது சாதாரணமாகி விட்டது. சாதாரணமாக வரப்போகிற நல்ல முதலீடு என்று ஆட்டுக் குட்டிகளையும் வளர்த்தார்கள்.

சில மந்தை ஆடுகள் நகரத்தில் ஒதுக்குப் புறங்களில் அடைபட்டு இருப்பதை அவள் பார்த்திருக்கிறாள். மனிதர்களின் நடமாட்டத்திற்கு உள்ளேயே அனுமதிக்கப்பட்டது போல இருந்தன. பனியன் கம்பெனிகள் மக்களின் குடியிருப்புகளுக்குள் அமைந்திருப்பதை எந்த நீதிமன்றமும் தடுக்காது அதற்கெல்லாம் இது போன்ற நகரத்தில் பழகிக்கொள்ள வேண்டும் என்று நீதிமன்றமே முன்பு அறிவுறுத்தியதாக அவள் கேள்விப்பட்டு இருந்தாள்.

வானம் மெல்ல கறுத்துக்கொண்டிருந்தது. இரவு நேரத்தின் அறிகுறியாய் தெருவிளக்குகள் அங்கங்கே எரிய ஆரம்பித்தன. மன்மதன் சொன்ன அந்தப் பள்ளிக்கூடம் இடிப்பு பற்றிய செய்தியை அவள் வந்து பார்த்து எழுத முடியவில்லை. இரண்டு நாள் கழித்து வந்தபோது அந்த இடம் தரைமட்டமாகிவிட்டது. பிரம்மாண்டமாய் பள்ளி நின்றிருந்த இடம் என்பது ஆச்சரியமாக இருந்தது. முழுக்க தரைமட்டமாக்கி விற்பனைக்கு இந்த இடம் என்று ஒரு கைபேசி எண் போர்டில் இருந்தது. அந்தந் தொலைபேசிக்கு அழைத்து பள்ளி இடிக்கப்பட்டது பற்றிக் கேட்டாள்.

“அது என்னுடைய இடம் நான் என்ன வேண்டுமானாலும் பண்ணுவேன்.”

“இல்லைங்க. சாதாரண மக்களுக்கு. ஏழைகளுக்கு உதவி பண்ணுமாறு இலவசமாக இருந்தது.”

“அதான் சொல்றேன். என் தனிப்பட்ட சொத்து. நான் என்ன பண்ணுவேன் நீ என்ன நீ யாரு கேக்குறதுக்கு.”

“நான் பத்திரிகையாளர்.”

“பத்திரிகையாளர்ன்னா எல்லா விஷயத்திலும் தலையிடலாம் என்பது தப்பு. உன் வேலைய பாத்துட்டுப் போ” என்றார். மண்டல அலுவலகத்தில் இதைப் பற்றி சொன்னபோது நகரத்தில் இருக்கும் வேறு உள்ள இலவசப் பள்ளிகள் பற்றி விவரங்கள் தருமாறு கேட்டார்கள். அதையும் சேர்த்து ஒரு செய்தியாக செய்யலாம் என்றார்கள். கட்டடம் இடிந்து தரைமட்டமான பின் அங்குப்போக முடிந்தது. காவல்துறை தடியடி நடத்தி எல்லாரையும் விரட்டிய பின்னால் இந்த இடத்திற்கு வர முடிந்தது. இப்படி எல்லா விஷயங்களிலும் தாமதமாக தான் நுழைவது அவளுக்கே எரிச்சல் தருவதாக இருந்தது.

கொஞ்ச தூரம் நடந்தபோது விசாலமாக ஒரு வேப்பமரம் பசுமையுடன் தென்பட்டது. அங்கு மைனாவின் குரல் போல் ஏதோ காதில் கேட்டது. “ச்சுவீட்... ச்சுவீட்... ச்சுவீட்... என்றபடி ஓர் ஒலி கேட்டது. அட தையல்சிட்டு. கட்டை விரல் அளவே இருந்தாலும் இரண்டு இலைகளை அழகுபோல் சேர்த்து ஓரத்தைத் தைத்த விதமாய் அது கட்டும் கூட்டைப் பார்த்திருக்கிறாள். கூட்டமாய் சுற்றித் திரிந்த தவிட்டுக் குருவிகள் அவற்றைச் சிதறடித்தன. குக்... குக்... குக்... என்று ஒலியெழுப்பும்.

கண்களைப் பறிக்கிற அழகில் இருந்த செம்மார்புக் குறுவான் ஒன்று கண்ணில் பட்டு மறைந்து போனது.

இவ்வளவும் ஒரே இடத்தில் தென்பட்டது அவளுக்கு ஆச்சர்யமாகப்பட்டது. வயநாட்டுப்பகுதிக்கு போயிருந்த ஒரு முறை பல பறவைகளைக்காட்டி மேரி ஏதேதோ சொன்னது ஞாபகத்தில் அவ்வப்போது வந்து பறவைகளை அடையாளம் கண்டு கொள்வதை நினைத்துக்கொண்டாள்.

இந்தப் பகுதியில்தான் எங்கோ மன்மதன் குடியிருக்கிறாள். வரும் வழியில் தொலைபேசி நிலையத்தின் கட்டடம் ஒன்றில் வட்டமான. சதுரமான பல ஆண்டனாக்கள் இருப்பதைக் கண்டாள். மன்மதன் இந்தப் பகுதியில்தான் இருக்கக்கூடும் அவனுக்கு தொலைபேசி செய்யலாம் என்று நினைத்தாள்.

வானத்தின் கருமையை ரசித்தபடி அவள் கைபேசி இயக்கியபோது தொடர்ந்து மணி அடித்துக் கொண்டேயிருந்தது.

அவன் தீபப் பயிற்சியில் இருந்தான். அடுத்து அவன் மனதில் கண்ணாடிப் பயிற்சி எப்படி இருக்கும் என்ற யோசனை இருந்தது. தீப ஒளியில் நெய் வாசம் அவன் அறையின் கெட்ட நாற்றத்தைப் போக்குவதாக இருந்தது.

★★★

15

“**நா**னும் இனி உங்க குரூப்தா” மனோகரன் வயிற்றைப் பிடித்துக் கொண்டே சொன்னான்.

“என்ன அடி வயிறு வலிக்குதா... குடலிறக்கம் வலி தருதா. என்ன குரூப்னீங்க... எல்லாருமே ஒரே குரூப்லேதான இருக்கம்.”

“இப்பத்தைக்கு சுக்கு காபி குரூப். அந்த குரூப் இல்லே வேற குரூப் இதில்லே நானும் சேர்ரன்.”

“சஸ்பென்சாவே சொல்றீங்க மனோகரன்.”

“ஒண்ணுமில்லே சதீஷ் வேலையில்லாமெ இருக்கார். மதன் அப்பிடித்தா ஸ்டிரைக்கிலெ. அல்லது வேலையில்லெ. ஜெயபால் பிரஸ் வேலை எதுவும் இல்லன்னார். எனக்கும் வேலை போச்சு.”

“என்னாச்சு.”

“இந்தப் பயிற்சி முடிச்சு தினமும் கம்பனிக்குப் போக வழக்கத்தெ விட அரை மணி நேரம் அதிகம் ஆகுது. அது கம்பனி முதலாளிக்கு எரிச்சல் தருது. தாறுமாறாப் பேச ஆரம்பிச்சான். வேலையெ வுட்டு நின்னுக்கறேன்னு சொல்லிட்டேன்.”

“இந்த மடம் இல்லீன்னா இன்னொரு மடம் மனோகரன். இந்தக் கம்பனி இல்லீன்னா இன்னொரு பனியன் கம்பனி.”

“தொழிலாளிக்கு இரு சாதாரணம். எல்லாக் கம்பனியிலும் ஏதாச்சும் வேலை இருக்கும். அக்கவுண்ட் செக்சன் ஆளுகளுக்கு அது கஷ்டம்தா. அப்பிடி காலியிடம் இருக்காது.” “அப்போ சூப்பு குரூப் போயி சுக்கு காபி குரூப் போயி இப்போ வேலையில்லாதவங்க குரூப்ங்கறே.”

“எஸ்.எஸ்... புது குரூப். எங்கம்மா என்னெ செல்லாக் காசுங்கறாங்க.”

“உங்கம்மா சிற்றறிவு அவ்வளவுதான்.”

“அம்மா இல்லாட்டி பொண்டாட்டியா இருந்தாலும் இதுதான்.”

“இன்னிக்கு வகுப்பிலே அவர் ஓட்டுனதே நாம இங்க திருப்பி ஓட்டணும்.”

ஒரு குச்சியின் இரு முனைகள் போல் பிரபஞ்சமும் நாமும். முற்றறிவு. சிற்றறிவு - ஆறாவது அறிவு என்பது அறிவையே அறிந்து கொள்ளக்கூடிய அறிவின் உயர்நிலைதான். இறை நிலை இங்கு நானாக இருக்கிறது நானே அறிவு. அறிவே தெய்வம் என்பதும் முழுமையை நோக்கியப் பயணம். கடலில் சேரும் வரை நீருக்கு ஓய்வில்லை. அது வேறு நான் வேறு அல்ல. அதுவே நானாக இருக்கிறது. இறைநிலையும் களங்கமும் சேர்ந்ததுதான் மனிதன்.

“நற்றவத்தால் வழி நின்று...” என்றான் மனோகரன்.

“பொறுமை கடலினும் பெரிது. உள்ளொளி தீயாகி உடலைக் கெடுத்து விடும். உள்ளொன்று வைத்துப் புறம் பேசினவர்கள் வேண்டாம் மனோகரன்...”

“நம்ம குரூப் ஸ்லோகன் இதுதான்.”

★★★

பாறைக்கழுகொன்று வாயில் கவ்வி வைத்திருந்தக் குச்சியை தவற விட்டது. நொடிப்பொழுதில் செங்குத்தாக அந்தரத்தில் கரணமடித்து அக்குச்சியை மீண்டும் லாவமாகக் கால்களால் பற்றியது. ஏதோ விளையாட்டைப்போல் அதை இரண்டு முறை செய்தது. குன்றின் மீதிருந்த பனைமரத்தில் அக்குச்சிகளைக் கொண்டு கூடமைக்கும் வேலையில் ஈடுபட்டது.

பாறைக்கழுகுகள் ஒன்றையொன்று பின் தொடர்ந்து உயரமான இடத்தில் பறந்தபடி வட்டமிட்டன. குன்றின் மீதிருந்த தனித்தக்

காய்ந்து போன பெருமரத்தின் உச்சியில் தடிமனான குச்சிகளை உடைத்து எடுத்தன. பனைமரத்தடியில் அக்குச்சிகளைக்கொண்டுக் கூடமைக்கும் வேலையில் ஈடுபட்டிருப்பது தெரிந்தது.

“அது செங்குத்தாக அந்தரத்தில் கரணமடிக்கிறதை செல்லிலே படம் புடிச்சேன். அபூர்வமானப்படம்” என்றான் மதன். பக்கத்திலிருந்த ஆலமரத்திலிருந்து குக்குறுவான் ஒன்று கத்தியது. வால்காக்கையை அடையாளம் காட்டினான் சதிஷ்.

“அந்த பெரிய பாறை இடையிலெ பாரு... பாறைப் பல்லிகள். அரணைகள். ஓணான்கள். விசிறித் தொண்டை ஓணான்னு பலதெக் கண்டுபிடிக்கலாம்.”

அந்த நவமலைக் கரடுக்கு “சுக்குக்காபி குரூப்” திட்டமிட்டு மாலையில் வந்தார்கள். பருவமழை பெய்து ஓய்ந்திருந்தது. பவானிசாகர் வாய்க்கால் பாசனப்பகுதி பச்சையாய் தெரிந்தது. நிலக்கடலை, சோளம், ஆமணக்கு, நெல், கரும்பும் ஒரு சேரப் பார்வையில் பட்டன. வரும் வழியில் இருந்த வாத்துக்களும் உள்ளான்களும் இரை தேடிக்கொண்டிருந்தன. சின்ன அரிவாள் மூக்கனையும் கடந்து குன்றுப் பகுதிக்கு வந்தார்கள். பெரும் பாறைகளை அங்கங்கே போட்டு வைத்திருந்தது போல் அந்தப் பகுதி இருந்தது. குன்றுக்கான அடையாளமாக பறவைகளின் கத்தல் கேட்டது. மயில் அகவல், மணிப்புறாவின் அனத்தல், மைனாவின் கீச்சுக்குரல்கள், தவிட்டுக்குருவிகளின் கலகலப்பான கீச்சு ஆகியவற்றை சதீஷ் அடையாளம் காட்டிச் சொன்னான்.

“வெறுமனே புதர்கள், செடிகள், பாறைகள்ன்னு இருந்தாலும் இதுக்கு ஒரு அழகு இருக்கே.”

“அழகே நாம தேடிக் கண்டடையலாம்.”

“பரளியாறு போகப்போறம்ன்னு நெனக்கறேன். பயிற்சி முடிஞ்சப்புறம் கூட்டிட்டு போறத் திட்டம் இருக்கு. அங்கயுமிது மாதிரி அழகெத் தேடிக் கண்டுபுடிக்கலாம்.”

“இயல்பாவே அது அழகான இடம்தான்.”

★★★

கிறிஸ்டியை வண்டியின் பின்னால் உட்கார வைத்து வண்டியை ஓட்டிக்கொண்டிருப்பதாக நினைத்தான் மதன்.

“மாஸ்க் போட்டிருக்கீங்களா. ஹெல்மெட் போட்டிருக் கீங்களா?”

கேட்க நினைத்தான். இரண்டும் பின்னால் உட்கார்ந்திருந்த பெண்ணிடம் இல்லை. முகக்கவசம் இல்லாமல் இருந்தால் அபராதம் போட்டார்கள் சிலசமயம். சிலசமயம் தலைக்கவசம் இல்லை என்று அபராதம் போட்டார்கள். சிலசமயம் இரண்டிற்கும் சேர்த்து அபராதம் போட்டார்கள். எல்லாவகை அபராதங்களையும் கட்டியிருக்கிறான் மதன். இதெல்லாம் இருக்கின்றன என்று தைரியமாக வண்டியை ஓட்டிச் செல்கிறபோது இன்சூரன்ஸ் இல்லை என்று அபராதம் கட்டியிருக்கிறான். இப்போது பிடிபட்டால் இந்தப் பெண் அவளுக்கான அபராதத்தைக் கட்டி விடுவாளா. சந்தேகமாக இருந்தது அவனுக்கு. சற்றே பயம் வந்தது. யாராவது லிப்ட் கேட்கிற போது தந்துவிட்டு இவர்கள் கத்தியைக் காட்டி மிரட்டிப் பணம் பறிப்பார்களா, தள்ளி விட்டு வண்டியைப் பிடுங்கிக் கொள்வார்களா என்று பயம் வந்திருக்கிறது. வடநாட்டு முகம் என்று தெரிகிறபோது லிப்ட் கொடுப்பதை நிறுத்தி விட்டான். அவன் பார்த்த ஒரு வாட்ஸப் படத்தில் அப்படி வடநாட்டுக்காரன் ஒருவன் லிப்ட் கேட்டு வண்டியை ஓட்டி வந்தவனைத் தள்ளிவிட்டு, கத்தியைக்காட்டி, தலையில் கல்லைப் போடுகிறான்.

அய்யம்பாளையத்தில் வந்து கொண்டிருந்தபோது அந்தப் பெண் கை காட்டினாள். முப்பது வயது இருக்கும் கருக்கும் வெயிலில் இருந்து தன்னைக் காப்பாற்றிக் கொள்வதற்காக சுடிதார் தலைப்பை எடுத்து முக்காடிட்டிருந்தாள். சிவப்பு நிற முகம். தலையில் போட்டிருந்த மஞ்சள் நிறத்து சுரிதார்ப்பட்டி பிரகாசமாகத் தெரிந்தது. ஆனால் கண்களுக்குக் கீழ் இருந்த அழுத்தமான கருவளையங்கள் அவளின் முக சோகத்தைக் காட்டியது.

“ரோஸ் கார்டன் வரைக்கும் லிப்ட் குடுப்பீங்களா?”

அவன் பெண்களுக்கு லிப்ட் கொடுக்கிற விசயத்தில் கருணை மிக்கவன். காசு இல்லாமல் தொலைபேசி பழுது பார்த்தல் என்னும் பழக்கம் அவனிடம் இல்லை. ஆனால் லிப்ட் கேட்கும் பெண்களுக்கு சாதகமான பதில் அளிக்காமல் இருந்ததில்லை என்பதை கிண்டலாக சங்கர் கூட சொல்வான்.

“நீ மட்டும்தான் லிப்ட்ன்னு என் வண்டியிலெ வரணுமா?”

“அப்பிடியில்லெ மதன். நான் வர்றது லிப்ட் இல்லே. நிரந்தரம்... பொண்ணுகள்ன்னா கருணை பொழியுமே.”

“உனக்கும் வண்டியிருந்தா பொண்ணுக லிப்ட் கேட்டா கொடுப்பே எனக்குத் தெரியாதா?”

“நாமெல்லா அவங்ககிட்ட கருணையோடதா நடந்துக்கணும் இல்லையா?”

அந்தப் பெண் மதன் வண்டியில் உட்கார்ந்ததும் ஒரு வகை மணத்தை உணர்ந்தான். அப்போதுதான் குளித்து விட்டு வந்திருக்கிற ஒருவகை நறுமணம். அல்லது லேசாக செண்ட் போட்டிருப்பாளோ. முஸ்லீம் பெண்கள் என்றால் செண்ட் போடுவது சாதாரணம். இவள் முஸ்லீம் பெண்ணா. தலை முக்காடிட்டிருக்கிறாள். நெற்றியில் பொட்டு இருந்ததா என்பதை சரியாகக் கவனிக்கவில்லை. வாகனம் காற்றைக் கிழித்துக் கொண்டு பறந்த போது அவன் நுகர்ந்த மணம் வண்டியைச் சுற்றி சுழன்று கொண்டிருப்பதாகத் தோன்றியது தான். ரோஸ் கார்டன்லே எங்க...”

“நாலஞ்சு அசோக மரங்க நிக்கும் அந்த வீடுதா.”

“யார் வீடு?”

“எங்க சொந்தக்காரர் வீடு.”

“பேரு சொல்லலாம்மில்லியா. எனக்கு இந்த ஏரியா நல்லாத் தெரியும்.”

“தபால்காரரா நீங்க?”

“இல்லெ. டெலிபோன்காரன். இந்த ஏரியா நல்லாத் தெரியும்.”

“ரோட்லே மினி பஸ். ஆட்டோ ஒண்ணும் அகப்படலே அதுதா லிப்பட் கேட்டான்.”

“பரவாயில்லை!”

“அப்புறம் காசும் இல்லே!”

அசோகமரங்கள் பச்சையாய் அடர்த்தியைக் காட்டிக் கொண்டிருந்தன. வளைந்து சிறு கூடாரம் போல் ஆக்கிக் கொண்டிருந்தது. அதன் கீழ் அடர்ந்திருந்த நிழல் இந்த வெயிலுக்கு சுகமாக இருக்கும் என்று தோன்றியது மதனுக்கு. தொலைபேசிப்பழுது என்று வருகிறபோது அலைந்து ஆசுவாசப்படுத்த பனைமர நிழல் கூடப்போதும் என்பதாக இருக்கும். இந்த அசோக மர நிழல் அந்த வகையில் அற்புதமானது.

“ரெண்டு நிமிசம் இருக்க முடியுமா? மறுபடியும் மினிபஸ் தேடறது இந்த ஏரியாவுலே கஷ்டம்”

“செரி வெயிட் பண்றன்.”

அந்தப் பெண் சொன்னது போலவே இரண்டு நிமிடங்களில் அசோகமர வீட்டிற்குள் போய் விட்டு வந்து விட்டாள்.

“காசிபாளையம் கூட்டிட்டுப் போக முடியுங்களா... பிளீஸ். உங்களைக் கஷ்டப்படுத்தறேன்.”

“பரவாயில்லெ... சும்மாதா இருக்கேன். வேலையிருந்திருந்தா இதெல்லாம் முடியாதே?”

“அப்பிடியா”

காசிபாளையம் முக்கில் ஒரு வீட்டின் முன் நிறுத்தச் சொன்னாள். வாகனத்தின் கண்ணாடியில் அவன் முகத்தைப் பார்த்தான். வெயிலில் கிடந்த வாழைப்பழம் போல் கறுத்திருந்தது.

கண்ணாடிப் பயிற்சியில் அவன் முகத்தைப் பார்த்தபோது எரிச்சலாகத்தான் உணர்ந்தான். இரண்டுக்கு ஐந்து அடி என்ற அளவிலான கண்ணாடி. அதன் முன் உட்கார்ந்து கண்ணாடியில் பார்த்துக் கொண்டேயிருக்க வேண்டும். இரண்டு நிமிடம் பார்த்த பின் கண்களை மூடிக்கொள்ளலாம். மறுபடியும் கண்களைத் திறந்து பார்க்கவேண்டும். முகச் சவரம் செய்யும்போது கூட இவ்வளவு நிதானமாய் முகத்தைப் பார்த்ததில்லை. மூக்கு இவ்வளவு நீளமாகவா இருக்கிறது. காது ஏன் இவ்வளவு பெரிதாகிவிட்டது. செத்துப் போகிறவர்கள் காது பெரிதாக இருப்பதைப் பார்த்திருக்கிறான். காதும் மூக்கும் அபரிமிதமாய் வளர்ந்து விட்டது போல் தெரிந்தது. நீளமான மூக்கு. மீசையில் லேசாக நரை மயிர்கள் இருப்பது அதிர்ச்சியடைய வைத்தது. நெற்றியின் சுருக்கங்கள் இதென்ன கோடு கோடாய்... அவனுக்குக் கண்ணாடியை உடைத்துப் போட்டு விட வேண்டும் என்று தோன்றியது.

கண்ணாடிப் பயிற்சிக்காக ஒவ்வொருவரும் கண்ணாடி வாங்கிக்கொள்வது நல்லது என்றார்கள். ஆயிரத்து இருநூறு ரூபாயாம். தீபப் பயிற்சி செய்யச் சொன்னார்கள். மண்தீபம் சுலபமாகக் கிடைத்தது. கண்ணாடிப் பயிற்சிக்கென்று கண்ணாடி யெல்லாம் வாங்க முடியுமா? முகம் பார்த்து அலங்காரம் செய்து கொள்ளும் கண்ணாடியை வைத்து இந்தப் பயிற்சியை செய்யக் கூடாதாம். வேலை நிறுத்தம் முடிந்து சம்பளப் பணம் முறையாய் வந்தபின் கண்ணாடியில் முகத்தைப் பார்ப்பதே நல்லது என்று சொல்லிக் கொண்டான்.

இரண்டு நிமிடம் என்று சொல்லி விட்டுச் சென்ற அப்பெண் சோர்ந்த முகத்துடன் திரும்பி வந்தாள்.

“எதுவுமே ஒத்துவரலே. நான் இங்கிருந்து மினி பஸ் ஏதாச்சும் புடுச்சு போயிக்கறேன். ரொம்பவும் நன்றி.”

“பரவாயில்லே. எங்க டிராப் பண்றதுன்னு சொன்னா பண்ணீர்ரேன்.”

“வேண்டாங்க. கொஞ்சம் பணம் தேவையா இருந்துச்சு. அதுதா தெரிஞ்சவங்க ரெண்டு பேரைப் பாத்தாச்சு. இனியும் பாக்கணும். பணம் இல்லாமெ என்ன பண்ணறது.”

அம்மாவின் உடல்நலமில்லை, அப்பாவின் மரணப்படுக்கை, தங்கையின் சீர்வகை, தம்பியின் படிப்புச் செலவு என்று ஏதாவது பட்டியல் இருக்கலாம். நான் உதவட்டுமா என்று கேட்க முடியாது: அவள் யார் என்று தெரியாது: எதற்கு என்பது விளங்கவில்லை. நிஜம்தானா என்று ஆராய வாய்ப்பில்லை.

“ரொம்ப நன்றிங்க. யாருன்னே தெரியாத ஒருத்தரை வண்டியிலெ வெச்சுட்டு கூட்டிட்டு வந்தது பெரிய விசயம்.”

“கிறிஸ்டியை மனசுலே நெனச்சுட்டேன். கூட்டிட்டு வந்தேன்.”

“கிறிஸ்டியா... யார் அது?... இண்டரஸ்டிங்.”

அவன் பதில் சொல்லாமல் வண்டியை இயக்கி வேகம் எடுத்தான். நேற்று கிறிஸ்டி அழைத்திருந்தாள். அவன் அவளின் அழைப்பிற்குப் பேசாமல் போகவே செய்தி தந்திருந்தாள்.

“நான் உங்க ஏரியாவுலதா இருக்கேன்.”

அவன் அச்செய்தியைப் பார்த்தபோது இரண்டு மணிநேரம் கடந்துவிட்டது தெரிந்தது இனி தொடர்பு கொண்டு பயன் இல்லை என்று மறுசெய்தி அளித்திருந்தான்.

“குட்நைட்”

அந்தப் பெண்ணுக்கு பதில் சொல்லியிருக்கலாம் என்று தோன்றியது அவனுக்கு.

“கிறிஸ்டியா யார் அது!.. இண்டர்ஸ்டிங்.”

“நான் வேறு மாவட்டத்தைச் சார்ந்தவள்.”

“நானும் வேறு மாவட்டத்தைச் சார்ந்தவன்.”

“நான் ஏதிலி”

“நான் ஒட்டுண்ணி”

"உன் மாவட்டமும் இல்லை, என் மாவட்டமும் இல்லை. இன்னொரு மாநில விளையாட்டை விளையாடலாமா?"

"பொழுது போக எத்தனை நேரம் செல்போனை நோண்டிக் கொண்டிருப்பது ஏதாச்சும் வெளையாடலாம். அப்பா அம்மா வெளையாட்டு கூட."

"அது அப்புறம் வைத்துக்கொள்ளலாம். இப்போது வேறு மாநில விளையாட்டு. நான் அங்கு கொஞ்ச காலம் இருந்தேன். பெதாங்க் விளையாட்டு."

"ஓ... சொல்தா ஆட்டம்."

"புஷோவை தயார் செய்து கொள்ளலாம். கார்க் பந்து."

"இந்த இரும்பு குண்டு முக்கால் கிலோ அல்லவா இருக்கும்."

"இரட்டையர், மூவர் பத்துப் பேர். இருபது பேர் என்று எவ்வளவு பேர் வேண்டுமானாலும் ஆடலாம். இப்போதைக்கு நாம் இரட்டையர் மட்டும் மதனும் ரதியும்."

"மன்மதனும் கிறிஸ்டியும்."

ஐம்பது சென்டிமீட்டர் வட்டம் போடப்பட்டது. விளையாடு பவர் சற்றுத் தாராளமாக வட்டத்திற்குள் நின்று இரும்புக் குண்டை வீசத் தயாராக பெரிய வட்டம். பந்து பத்து மீட்டர் தூரத்திற்குள் போய் விழ வேண்டும்.

"புஷோவை உருட்டி விடு."

"செய்தாயிற்று. அடுத்த முறை உன்னுடையது."

"நானும் உருட்டுகிறேன்."

அந்தக் குண்டை அடித்து நகர்த்தி விட்டு புஷோ அருகில் போய் நின்றது. புஷோவின் அருகில் போய் நின்றால் ஜெயிப்பிற்கு அத்தாட்சி கிடைத்து விடும்.

"நடுவர் இல்லையே. யார் ஜெயித்தது என்று சொல்வதற்கு."

"நடுவர் தேவையா? முழுக்கச் சந்தோசமாக இருப்பதற்காக விளையாடப்படுவது. அதனால் நடுவர் வேண்டாமே!"

"யார் ஜெயித்தது?"

"யார் ஜெயித்தால் என்ன?"

"யார் ஜெயித்தது என்று தீர்மானம் பண்ண முடியாத விளையாட்டா அதுவும்?"

"எது?"

"அதுதான் அப்பா அம்மா விளையாட்டு."

"அதை விளையாட இன்னம் நாளிருக்கிறது... செரி இப்போதைக்கி பெதாங்க் விளையாடலாம்."

"அதுதான் சொல்தா ஆட்டம்."

"சரிதான். ஒத்த கருத்து வருவதற்கு அதிர்ஷ்டம் செய்திருக்க வேண்டும்."

★★★

16

அவன் பார்வையில் பட்ட எல்லா வீதிகளும் நீளநீளமாக விரிக்கப்பட்ட வேட்டிகளைப்போல் விஸ்தாரமாய் எவ்வித நடமாட்டமும் இல்லாமல் கிடந்தன. இப்படி அவற்றை அழகாய் பார்த்துக்கொள்ள இது ஒரு தருணம் என்பதுபோல் அவற்றைப் பார்த்துக் கொண்டிருந்தன. இப்படியொரு அழகை, நிதானத்தை இந்த விடியற்காலை நேரத்தில் பார்த்து ரொம்ப நாளாகிவிட்டது அவனுக்கு.

வானத்தின் நீலமும் கறுமையும் படர்ந்து அரை முட்டையைக் கவிழ்த்து விட்ட பாவனையில் இருந்தது. தூரத்தில் தெரியும் மின்விளக்குகள் கூட நட்சத்திரங்களாகிவிட்டன. தெருவிளக்குகளின் ஒளியில் வீதிகள் குளித்துக் கொண்டிருந்தன.

கிழக்கு வீதி மசூதியிலிருந்து காலை நேர பாங்கு அழைப்பு ஒலி கேட்கிறபோது திருக்கோயிலை அடையாமல் எங்காவது இடையில் இருப்பான். கிளம்பிட வேண்டும் என்ற எச்சரிக்கை தொனிக்கும். இன்றைக்கு திருக்கோயிலுக்குள் வந்த பின்பே மசூதியின் அழைப்பு ஒலி கேட்டது. நல்ல வேளை முன்கதவு திறந்திருந்தது. இல்லாவிட்டால் எதிர் வீட்டு கண்ணன் வந்து திறந்து விடுவார். அவர் கோயிலைச் சார்ந்த அறக்கட்டளை நிர்வாகி. பனியன் கம்பனி வைத்திருக்கிறார். முன்பு பொதுவுடைமைக் கட்சியில் இருந்தவர். கட்சியின் முக்கியத் தலைவர் சாதிய ரீதியாக ஆதிக்கம் கொண்டவர் என்பதால் நூறு பேருக்கு மேல் கட்சியிலிருந்து விலகினர். அதில் சில இன்னொரு கட்சிக்குப் போக இவர் ஆன்மீகத்துள் நுழைந்து பலரையும் திருக்கோயில் அமைப்புக்குள் கொண்டு வந்து விட்டார். கண்ணன் காலையில் கோயிலிலேயே உடற்பயிற்சிகள் செய்து பொழுது போக்குவார். காவலாளி என்று யாரும் இல்லாமல் தனித்தே கிடந்தது அக்கட்டிடம்.

தவக்கூடத்திற்குச் சென்று விளக்குகளைப் போட்டான். இடது பக்க ஜன்னல்களைத் திறந்து விட்டான். உட்காரவென்று இருக்கும் சிறு போர்வைகள் சரியாக மடிக்கப்பட்ட புத்தகங்களைப் போல் கிடந்தன. அவற்றை எடுத்து மூன்று வரிசைகளாக உட்காரும் இடங்களில் போட்டான். உடற்பயிற்சி, தவம் முடிந்த பின்னால் வரும் பாட வகுப்புகளுக்கான நாற்காலிகள் வெகு பின்னால் இருந்து அப்புறம் மெதுவாய் முன்னால் வரும்.

வெளியில் வந்து நின்றபோது ஒரு இளம் பெண் எதிரில் இருந்த வேப்பமரத்தடியில் நின்றிருந்தார். பயிற்சி எடுப்பவர்தான். யாரும் வரவில்லை என்று நினைத்து நிற்கிறார். பெண் என்பதால் பாதுகாப்புடன் நிற்கிறார்.

தீபப்பயிற்சி, கண்ணாடிப் பயிற்சி, தவம் என்று ஒரு சுற்று எல்லாவற்றையும் பார்த்துவிட்டு வழக்கமான வகுப்பிற்குச் செல்லவேண்டும். அரை மணி நேரம் முன்பே வரவேண்டும் என்று அறிவுரை சொல்லியிருந்தார்கள். ஆனால் யாரும் வரவில்லையே. இது நிஷ்காமிய கர்மத்தில் வருமா. காம்யகர்மத்தில் வருமா? சரியான நேரத்தில் வந்து சேர்வது எந்தக் கர்மப் பிரிவில் வரும். இதெல்லாம் பெற்ற கடனைத் திருப்பித் தரும் உணர்வு என்று ஏதோ வேகத்தில் சொன்னான் மனோகர். அவனைக் கூடக் காணோம்.

அந்தப்பெண் பாதுகாப்பு கருதி தனித்திருப்பது போல் தெரிந்தது. இத்தனை நாட்கள் பயிற்சிக்குப் பிறகும் அப்பெண்ணின் பெயர் மனதில் பதியாதது அவனுக்கு சங்கடம் தந்தது. பெண்ணுடன் சேர்ந்து வாழ்வது என்பது இங்கு சொல்லப்படுவதில் இருப்பதுதான்.

ஐவகைக் கடமைகளில் முதலில் குடும்பம்... குடும்பத்தை அவர்கள் வலியுறுத்துவது அவனுக்குப் பிடித்திருந்தது.

இந்தப் பெண்ணின் பெயர் சோபா. கர்ப்பபையை எடுத்து விடவேண்டும் என்ற சிக்கலில் இருப்பவளா. கிறிஸ்டி பெயர் மட்டும் பெண்களின் பட்டியலில் மனதில் இருந்தது. பழைய போலீஸ்காரர் ஒருவரும் அவ்வப்போது வந்து போகிறார். தினமும் வருவதில்லை என்று யாரோ கேட்டபோது, நிலவு தினமுமா வருகிறது என்றார். எல்லா மரங்களுமா நிழல் தருகின்றன என்று கேட்டார். கண்காணிக்க காவல் துறையிலிருந்து வந்தவர் போல் வந்து போய்க் கொண்டிருந்தார். அவர் பெயர் சிவன் என்பது எப்படி மனதில் நிற்கிறது என்று கேட்டுக்கொண்டான். சின்ன வயதில் போலீஸ்காரர் என்றால் பயம். அந்த பயம் தீரவேயில்லை என்பது போல் முகக்கவசம் போடாதபோது லத்தியை ஓங்கிய போலீஸ்காரரின் முகத்தைப் பார்த்தபோதும் அவனுக்குத் தோன்றியது.

எதிரில் இருந்த போர்டைப் பார்த்தான். சூரிய ஒளி பெரிதாகப் போடப்பட்டிருந்தது.

"உள்ளொன்று வைத்து புறம் பேசினால் உள்ளொளி தீயாகி உடலைக் கெடுத்து விடும். உள்ளம் கெடாமல் இருக்க உள்ளே வாருங்கள்" என்றது அது. "கடவுள் என்று தனியாக இல்லை. உண்மையைப்போல் உயர்ந்தது எதுவுமில்லை" என்றது அந்த போர்டில் ஒட்டப்பட்டிருந்த இன்னொரு ஸ்டிக்கர் சின்னதாய் காந்தியின் படத்துடன்.

சோபா உடம்பைக் குறுக்கிக் கொண்டு இன்னும் தனித்திருந்தாள். பயிற்சிக்கு வரும் இளம்பெண்கள் கொரானாவால் படிப்பு தடைப்பட்டுப் போனதால் அவர்களின் அப்பாக்கள் நடத்தும் வேஸ்ட் குடோன். செகண்ட் பீஸ் குடோன் வேலைகளுக்குச் செல்கின்றனர். சின்ன வயதுக் குழந்தைகள் ஏகதேசம் பனியன் கம்பனிகளுக்குச் செல்ல ஆரம்பித்து விட்டார்கள். அவர்களுக்குப் பொழுது போக வேண்டும். அவர்களை வீட்டில் வைத்திருப்பதில் சிரமத்தை உணர்ந்தவர்கள் போல் பெற்றோர்களும் வேலைக்கு அனுப்புவதில் சிரத்தை எடுத்துக் கொள்கிறார்கள் என்றார் சோபா ஒருநாள்.

கொஞ்சம் நடக்கத் தோன்றியபோது வீதியின் முனையில் மனநலம் பாதிக்கப்பட்ட மனைவியை கையைப் பிடித்துக் கொண்டு மலையாளக் கணவர் நடந்து கொண்டிருப்பது தெரிந்தது. மசூதியின் மினார் ரொம்ப தூரத்திற்கு பார்வையில் படுகிற மாதிரி உயரத்துடன் கண்களில் பட்டது. நீலமும் பச்சையும் மஞ்சளுமான விளக்குகள் அதன் உயரத்தினை இன்னும் கூடுதலாக்கி இருந்தன. சூப்பு சோமு சட்டென வாகனத்தைக் கடந்துபோனார்.

இன்றைக்கு சூப்பா... சுக்கு காபியா... அவர்தான் தீர்மானிப்பார். கோயிலில் நடத்தப்படும் ஏலச் சீட்டை எடுத்த ஒருவர் பணம் தராமல் இருக்கிறார். அவர் அருள் நிதி பட்டம் பெற்றவர். பணம் பெற கடுமையாகப் பேச முடியாமல் வாழ்க நலமுடன், வாழ்க நலமுடன் என்று சொல்லி கோபத்தை அடக்கிக் கொண்டு அவரிடம் பேசியதைப் பற்றி நேற்று சொன்னது ஞாபகம் வந்தது. கொண்டு வந்த வினையை தொண்டு செய்து கழிக்கவேண்டும் என்று சொல்லிக் கொண்டிருப்பாராம் அந்த அருள்நிதி. அருள்நிதி என்று ஒரு அரசியல்வாதியின் மகன் நடிகராகி வருவதை அப்போது சதீஷ் சொன்னான். "அதுதா கொரச்சல். இவனும் நடிகன்தான். திருக்கோயில் பேரைச் சொல்லிட்டு நாடகம் போடறான்" என்றார் சூப்பு சோமு.

மினாரின் ஒளி எங்கும் வியாபித்துக் கொண்டிருப்பது போல் பட்டது மதனுக்கு. போன வாரம் மாலை நேரத்தில் அந்தப் பக்கம் போனபோது ஒரு நீண்ட வரிசை மசூதியின் மேற்குப் பக்கத்தில் இருந்தது. ஒரு ஸ்கூட்டரும் அதன் பக்கத்தில் தாடியும் ஜிப்பாவும் கொண்ட ஒருவர் இடைவெளி விட்டு நின்றிருந்தார். அவர் கையில் இருந்தத் தண்ணீர் பாட்டிலைத் திறந்து ஏதோ ஓதினார். சிலருக்கு ஸ்கூட்டர் பின்புறத்தில் இருந்த கயிற்றை எடுத்து கைகளில் கட்டினார். படித்தவர்கள், இளைஞர்கள், இளைஞிகள், கிழவர்கள், சிறுவர்கள் என்று எல்லாப் பிரிவினரும் இருப்பது தெரிந்தது.

எதிர்ப்புறம் இருந்த திண்ணையில் உட்கார்ந்து கொஞ்ச நேரம் வேடிக்கை பார்த்தான். எப்படியும் கேட்டு விடுவது என்று கயிறு கட்டிய குழந்தையை எடுத்து வந்த பெண்ணைப் பார்த்துக்கேட்டான்... "எவ்வளவு காணிக்கை?"

"நீர் மந்திரிக்கறதுக்குத் தனியா... கயிறு கட்டறத்துக்குத் தனியாத் தரணும்."

"அதுதா எவ்வளவு...?"

"ஐம்பது, நூறுன்னு..."

"டாக்டர் கிட்ட போனீங்களா?"

"டாக்டர்கிட்ட அதிகமா ஆகுமே... எல்லாவற்றிலும் வருமானம் இருப்பதாய் சொல்லிக் கொண்டான்.

"தம்பி போன வாரம் திருக்கோயில்லெ உங்களைப்பாத்தான்."

திண்ணையில் வந்து அமர்ந்த நாற்பது வயதுக்காரர் கேட்டார்.

"பயிற்சிக்காகப் போவன் அப்பப்போ..."

"அன்னிக்கு கண்ணிலே மூலிகைச் சாறு ஊத்தினீங்களா அப்போ."

ஞாயிறு மாலையில் கண்கள் தெளிவு பெற மூலிகைச்சாறு ஊற்றுவதாகக் தகவல் தொலைபேசியில் சொன்னார்கள். அன்று காலைப் பயிற்சியின் போதும் சொன்னார்கள். போயிருந்தான். கொஞ்சம் மிளகும், அரை டம்ளர் இளநீரும் வாயில் ஊற்றி உட்காரச் சொன்னார்கள். அடுத்து கண்ணில் மூலிகைச்சாறு ஊற்றுவது. கண்களில் சாற்றை ஊற்றிக் கொண்டவர்கள் கைகளை ஊன்றி வானத்தைப் பார்ப்பது போல் உட்கார்ந்திருந்தார்கள். கண்களைத் தேய்த்து விட வேண்டாம் என்று ஒருவர் சொல்லிக்கொண்டிருந்தார்.

பயிற்சிக்கு வருபவர்கள் யாரும் தென்படவில்லை. பொதுமக்கள் சிதறலாக இருந்தார்கள். ஏனோ வேண்டாம் என்று சொல்லியபடி வெளியே வந்தான். பெயர் பதிவு செய்கிற இடத்தில் இருந்த சுகுமாரிடம் ஒரு தரம் தொலைபேசி பழுதானதால் ஏற்பட்ட பேச்சுத் தகராறு வளர்ந்து விட்டது ஞாபகம் வந்தது. பெயர் பதிவு செய்ய அவரிடம் போய் நிற்க வேண்டும். தவிர்த்து விட்டான்.

இரண்டு இரு சக்கர வாகனங்கள் மசூதியின் முன் வந்து நின்றன. நீண்டு கிடந்த வீதியின் அகலம் அவனை கண்களை விரித்துக் கோடாய் பார்க்கச் செய்தது.

கண்களின் ஒளி மூலிகைச்சாறு தேவையில்லாதபடி பளிச்சென்று இருந்தது அவனுக்கு.

★ ★ ★

17

வலது கால் கட்டை விரலைப் பதம் பார்த்திருந்தது நெருஞ்சி. நொண்டிக் கொண்டு நடந்து அந்தத் தேனீர்க் கடையின் முகப்பில் இருந்த மரப்பெஞ்சில் அமர்ந்தான். அது ஒரு நிமிடம் அசைந்து தன் இயலாமையைக் காட்டியது. வலது கால் பெருவிரலில் இருந்த வலி தலை உச்சிக்குச் சென்று சிரமப்படுத்தியது.

"என்ன தம்பி யானை வணங்கியா?"

அவனுடன் பயிற்சிக்கு வரும் சிவன் தன் சவரம் செய்யப்படாமல் இருந்த முகத்து வெள்ளி மயிர்களைத் தடவிக் கொண்டே கேட்டார். அவரின் மீசையின் நுனிகளில் இருந்த வெளுப்பு அவர் அடித்திருந்த சாயம் வெளுத்துப்போனதைச் சொன்னது. உடம்பை லகுவாக்கிக் கொள்வது போல் அவர் போட்டிருந்த டீசர்ட் நீல நிறத்தில் தொளதொளவென இருந்தது. அவர் சிவன். ஓய்வு பெற்ற காவல்துறையைச் சார்ந்தவர். பயிற்சிக்கு வருகிறார். ஆனால் ஓரிரு முறைப் பார்த்துச் சிரித்துக் கொண்டதோடு சரி. சூப்பு, சுக்குக் காபி குடிக்கையில் ஏதாவது பேசிக்கொண்டிருப்பார். கேட்டிருக்கிறான் மதன்.

"இதுக்கு நெருஞ்சின்னுதானே பேரு?"

"வழக்கமா நெருஞ்சின்னுதான் சொல்லுவாங்க. இது கொஞ்சம் பெரிசா இருக்கு செம்பு நெருஞ்சியில்லே... யானை நெருஞ்சிதா.."

"நல்லா வலிக்குதுங்க..."

"யானைக்கே வலிக்கும். மனுசனுக்கு வலிக்காதா?"

“இந்த ரோட்லே எங்க இது வந்துதோ. என்ன இங்க உட்கார்ந்திட்டீங்க?”

“காலை திருக்கோயில் பயிற்சிதா. கட டீ ஒண்ணு போட்டுக்கலாமுன்னு வந்தன்.”

“வீடு பக்கம்தானே. இந்த விடியல் காலத்து நேரத்திலெ வீட்டு டீ கெடைக்கலியா?”

“அம்மா... அவங்க எந்திரிக்கலே... நேத்து சாயங்காலம் வீம்புலே டீ போடறன்னு போயி சக்கரைக்கு பதில் உப்புப் போட்டுட்டு மாட்டிகிட்டன்.”

“உப்புக்கும் சக்கரைக்கும் வித்யாசம் தெரியலையா?”

“அதுவும் கலர்லே சைஸ்லே ஒரே மாதிரி இருந்துச்சு. போறாத காலம். அதுதா காலையிலெ புடிக்காமெ இருந்தாலும் கடை டீ போதுமுன்னு வந்துட்டேன். நேத்து வீட்லே டீ போட்டது இப்போகூட நெருஞ்சி மாதிரி உறுத்துது. இது உடம்புக்கு நல்லதுதா வைத்திய முறைப்படி. பயன்படுத்தலாம். ஆனா உடம்புலே எங்க குத்தினாலும் பெரிய வலிதா.”

“அதென்னங்க யானை வணங்கி?”

பழைய காலத்தில் போர்ப் படைகளில் முக்கியமானது யானைப்படை. நெருஞ்சிமுள்ளை பரப்பி வைத்தால் அதைத் தாண்டி யானைகள் போகமுடியாது. திரும்பி விடுமாம்.

“நீங்க சூப்பு குடிச்சிட்டு அன்னைக்கொரு நாள் சொன்ன எருமைக்கதையும் நல்லா இருந்துச்சுங்க.”

கிணற்றைக் காணோம் என்ற வடிவேல் காமடியை யாரோ அன்று சூப்பின் சுவையோடு சொல்லிக்கொண்டிருந்தபோது எடை குறைந்து போன எருமை பற்றி காவல்துறைக்கு வந்த வழக்கு பற்றிச் சொன்னார் சிவன். ஒரு விவசாயி எருமையொன்றை வேறு ஒருவருக்கு விற்றுவிட்டார். ஆனால் அது இரண்டாம் நாள் திரும்பி விட்டதாம். இரண்டாம் நபர் பணம் கேட்டிருக்கிறார். அதற்கு விவசாயி எருமையின் எடை ரொம்பவும் குறைந்து போயிருக்கிறது. பணம் குறைவாகவே கொடுப்பேன் என்று சொல்லியிருக்கிறார். இரண்டு திங்கள் பால் கறந்தேன். அதுதான் நான் செய்தது என்றாராம். அதற்குத் தகுந்த மாதிரி தொகையைக் குறைத்துக் கொண்டு தருவதாகச் சொல்லியிருக்கிறார். அவர் வீட்டில் உள்ளவர்களும் எடை குறைந்திருக்கிறது என்று சொல்லி அவருக்கு ஆதரவு தெரிவித்திருக் கிறார்கள்.

"அப்புறம் அந்த கேசு என்னாங்க ஆச்சு?"

"அதுக்குள்ள நான் ரிட்டயர்டு ஆகிட்டன்."

"இப்போ…"

"அந்த எருமை எடை கொறஞ்ச மாதிரி என் எடை கொறையணுமுன்னு இங்கப் பயிற்சிக்கு வந்திருக்கேன்."

"அடுத்த நிலைப் பயிற்சிக்கெல்லாம் போவீங்களா?"

"இதுக்கே மூச்சு வாங்குது. என்ன பாபம் பண்ணுனமோ. எல்லாம் டிபார்ட்மெண்ட்லே இருந்தபோது பண்ணுனப் பாவம்தா?"

"போலீஸ்காரங்க பல பேர் ரிட்டயர்டுமெண்டுக்கு அப்புறம் இப்பிடி ஆன்மீகம்ன்னு கெளம்பிடறாங்க."

"எல்லாம் பண்ணுன பாவங்கதான்" என்றார் சூப்பு சோமு.

"உங்க மூட்டு வலிக்கும் நீங்க செஞ்ச பாவம்தா காரணமா" என்று சிவன் கேட்க அவர் முறைத்தார். அதற்குள் மறுவகுப்பு ஆரம்பிக்கும் மணிச்சத்தம் கேட்டது. அனைவரும் கலைந்து சென்றது ஞாபகம் வந்தது.

போகிற போது சிவன் "பரதேசிக்கு நிக்க பனமர நிழல் போதும்பாங்க. எனக்கு வேற பயிற்சியெல்லாம் வேண்டாம்" என்றார். அவர் பயிற்சி அறைக்குள் செல்லாமல் கேட்டின் அருகில் இருந்து திமுதிமுவென நுழைந்தப் பெண்களைப் பார்த்தார். அதில் இருந்த கல்லூரி, பள்ளிப் பெண்களெல்லாம் அவரவர் தகப்பனார்கள் நடத்தும் செகண்ட் பீஸ் குடோனுக்குச் செல்ல ஆரம்பித்து விட்டனர். சிறுவயதுக்காரர்கள் முதல் வீட்டில் அனுமதி கிடைத்த சிறுவர்கள் பனியன் கம்பனியின் பல்வேறு வேலைகளுக்குச் செல்ல ஆரம்பித்து விட்டார்கள். பள்ளிக் கல்லூரி வகுப்புகள் மறுபடியும் எப்போ ஆரம்பிக்குமோ என்று சிவன் உரக்கவே சொல்லிக்கொண்டார்.

"அவங்களை விட உங்களுக்குத்தா கவலையா?"

"ஆமா வீட்லே பேரன் பேத்திக பண்ற ரவுசு தாங்கமுடியலெ. முடியாதவங்க வீட்லே இருக்கற கொழந்தைக இப்படி பனியன் கம்பனிக்குப் போறது பாக்க சகிக்கலே" என்றார். அப்போது அது ஞாபகம் வந்தது.

மன்மதன் எழுந்தபோது அந்த பலவீனமான பெஞ்சு மறுபடியும் குலுங்கிவிட்டு ஆசுவாசப்படுத்திக் கொண்டது.

"தம்பி… நடக்க முடியுமா? இல்லீன்னா என் பைக்லே ஏறிக்கோங்க. திருக்கோயில் பயிற்சிக்குப் போயிர்லாம்."

★★★

18

கையிலிருந்த ஸ்டிரஸ்சுக்கான மஞ்சள் பந்தை உருட்டிக் கொண்டே சுடுகாடு வரைக்கும் வந்து விட்டது தெரிந்தது அவளுக்கு.

சின்ன வயதில் மொட்டை மாடியில் கால்களில் அகப்படும் பந்தை உருட்டிக்கொண்டே மாடியின் முனைகளுக்குப் போவாள். அம்மாதான் ஓடிவந்து தடுப்பாள். கையோ.... காலோ.... பந்துகள் ஏதாவது கிரிஸ்டிக்கு வாய்த்து விடும். இப்போதெல்லாம் டென்சன் குறையட்டும் என்று மஞ்சள் பந்தை நசுக்கிக் கொண்டிருக்கிறாள்.

பத்திரிகை வேலை கெத்தாக இருக்கும் என்று நினைத்திருக்கிறாள். ஆனால் பிச்சைக்காரி போல் அலைய விடுகிறார்கள். கையேந்தாதது தான் பாக்கி என்பது போல் இருந்தது. இப்போது கை ஏந்தவும் வைத்து விட்டார்கள். கொரானா காலத்தில் பத்திரிகை விற்பனை குறைந்து விட்டது. அதனால் சந்தா சேர்ப்பு விசயத்திற்கும் அனுப்புகிறார்கள். யாரிடம் போய் சந்தா கேட்பது. அரசியல்வாதி களிடம் வாங்கலாம். அவர்கள் விளம்பரங்களாய்க் கொடுத்துக் கொண்டிருக்கிறார்கள். அவள் செய்தி போட்ட சில பிரமுகர்களிடம் தொலைபேசியில் கேட்டாள். சிலர் நேரில் வரச்சொன்னார்கள். பலர் தாங்கள் வாங்கும் பத்திரிகைகள் பட்டியலைச் சொன்னார்கள். பலர் கட்சிப் பத்திரிகைகள் பெறுவது கட்டாயமாக்கப்பட்டது போல் வெறுமனே வாங்கிக் கொண்டி ருந்தார்கள் படிக்க என்று இல்லாமல்...

இப்போது ஆரம்பித்திருக்கிற பத்திரிகை சார்ந்த யூ டுப் சேனலுக்கு விசயங்களைச் சேகரிக்கச் சொல்லி வற்புறுத்துகிறார்கள்.

சீனியர் ரிப்போர்ட்டர் இதைச் சொன்னபோது எரிச்சலுடன் "சுடுகாட்டுக்குத்தான் போகணும்" என்றாள்.

"அங்கயும் நெறைய விசயங்கள் கிடைக்கும். போயிப் பாரு. மொதல்லெ வெட்டியான்கள்னு இருப்பானுக. அவர்களைப் பேட்டியெடு..."

எல்லாரும் மின் மயானம்ன்னு போறாங்களே. இதிலே வெட்டியான்க இருக்காங்களா?"

"புதைக்கறதுலே நம்பிக்கை உள்ளவங்க நிறைய இன்னம் இருக்காங்க. அவங்களை நம்பி வெட்டியானுக காத்திருப்பானுக. வேலை குறைஞ்சு போனதினாலே அவங்க நிலை என்னனு பேட்டியெடு..."

எரிச்சலாய் சொன்னதே அவளுக்கு வேட்டு வைக்கும் அளவுக்கு துரத்தி விட்டது சுடுகாட்டிற்கு. மாலை நேரத்தில் வீசிய சுடுகாட்டுக்

காற்று கெட்ட வாடையுடன் இருப்பதாகத் தோன்றியது. மாதவிலக்குத் துணிகள் அடுக்கிவைக்கப்பட்ட பக்கம் இருந்து வரும் கெட்டக் காற்று போல இருந்தது. பெண்ணான தனக்கே அது கெட்டதாய் இருந்தால் மற்றவர்களுக்கு எப்படி என்று கேட்டுக் கொண்டாள்.

தூரத்தில் இருந்து பார்க்கையில் ஏதோ எரிந்து கொண்டிருப்பதாகத் தோன்றியது. பிணமா? குப்பையா? வடை மணமா? எல்லாம் கலந்ததா? சுடுகாட்டு காம்பவுண்ட் சுவரோரம் வடை போண்டா சுட்டு விற்கிற தள்ளுவண்டியொன்று நின்றிருந்தது. கொஞ்ச துரத்தில் இட்லிக்கடை போல் இன்னொரு தள்ளுவண்டி தயார் நிலையில் இருந்தது. எதிரில் இருந்த குமரன் நினைவுப்பூங்காவின் செடிகளும் மரங்களும் பட்டுப்போய் பூட்டப்பட்டே கிடக்கிறது. அதை நிர்வகிக்க டெண்டர் எடுக்க ஆளில்லை என்றார்கள். குமரன் உருவம் சிறு சிலையாய் பூங்கா முகப்பில் வெளுப்பாகிக் கிடந்தது. கொஞ்சம் நடக்கவும் சிலர் உட்கார்ந்து பேசவும் உகந்த இடமாக அது இருந்திருக்கிறது.

அவளின் கைப்பையிலிருநது கைக்குட்டையை எடுக்க எத்தனித்தாள். வெள்ளைத்தாள் ஒன்று அவளின் கைகளில் அகப்பட்டது. இதைப் பூர்த்தி செய்யும் அளவு விசயம் எப்போது கிடைக்கும். ஏதாவது செய்தி தேட வேண்டும். இல்லாவிட்டால் சிரமம்.

“கைக்குட்டையைப் பயன்படுத்தாதே. டிஸ்யூ தாள் பயன்படுத்து. சளி, எச்சில் கொரானாவின் நண்பர்கள்” என்று அவள் விடுதியின் மேலாளர் பிச்சம்மாள் வேறு நாலைந்து முறை சொல்லியிருந்தாள்.

“நான் சாகப் போகிறேன். என்னை ஆண் குலம் தவிக்க விட்டுவிட்டது. அவர்களைப் பழி வாங்க முடியவில்லை. சாகிறேன்.” என்று ஒரு இளம் பெண் முகத்தின் பாதியை கறுப்புத் துணியால் கட்டிக்கொண்டு பேசிய ஒரு வீடியோ அவளுக்கு பார்வர்டு ஆகியிருந்தது. அதை அனுப்பியவரைத் தொடர்பு கொண்டு உள்ளூர் ஆளாக இருந்தால் தேடலாம் என்று நினைத்தாள். ஆனால் அனுப்பியவரிடமிருந்து பதிலில்லை. அப்படி ஒரு விசயம் கிடைத்து விட்டால் போதும் இந்த வாரத்தை ஓட்டி விடலாம்.

“மீடியா ஈஸ் ஹங்கரி... வெரி ஹங்கரி” என்று சீனியர் ரிப்போர்ட்டர் சொல்வார் அடிக்கடி.

இப்போது அவளுக்குப் பசியெடுத்தது. சுடுகாடு... வடை, வண்டி, இட்லி வண்டி... இதெல்லாம் நினைக்கையில் சங்கடம் தந்தது. பார்சல் மட்டுமே என்று பல ஹோட்டல்களில் இன்னும் போர்டுகள் தொங்குகின்றன. காரணம் வேலை செய்ய ஆட்கள் இல்லை.

வடமாநிலத் தொழிலாளர்களை நம்பி இருக்கிறார்கள் இன்னும்.

கரோனா ஸ்பெசல் என்றன அந்த போர்டுகள். உள் அறைக்குச் சென்று ஏதாவது சாப்பிடலாம். பன், ரொட்டி, ரஸ்க் என்று... எல்லாமே மலச்சிக்கலைத் தருபவை என்று பிச்சம்மாள் சொல்லுவாள்.

கைபேசி ஏதோ செய்தி கொண்டு வந்திருந்தது. மதன் அனுப்பிய செய்தி "தவம் செய்யுங்கள். தவம் செய்யுங்கள். கூட்டு தவம் இன்னும் முக்கியம்."

இத்தனைப் பிரச்சினைக்கு மத்தியில் தவம் செய்வதா. அல்லது அதுதான் கொஞ்சம் ஆசுவாசம் தருமா... யோசிப்பில் தலையைத் தூக்கியபோது அமரர் ஊர்தி வண்டியொன்று வீறிட்டபடிச் சென்று கொண்டிருந்தது. அதில் பிணமிருக்கிறதா என்பதைக் கவனிக்கத் தவற விட்டதாகச் சொல்லிக் கொண்டாள்.

★★★

19

"**ஆ**மென்" என்று சொல்லியபடி கிறிஸ்டி அந்த சிறு கருத்தரங்க அறையை விட்டு வெளியேறினாள். அவள் கையிலிருந்த நாய்க்குட்டி வாகனங்களின் கிறீச்சிடல் போல் அங்கலாய்த்தது. வேறு வழியில்லை வெளியேறி விடலாம் என்றுதான் நினைத்தாள்.

ஆமென் என்று சொல்ல வேண்டிய எல்லா இடங்களிலும் கண்டிப்பாக ஆமென் என்பதை உற்சாகமாகச் சொல்லி அதில் பங்கேற்பது மிகவும் அவசியம் என்று பாதர் ஸ்டேன்லி சொல்வார். இயேசு கிறிஸ்துவே ஆமென் எனப்படுபவர் அதனால் எல்லா வாக்குறுதிகளுக்கும் அவரிடம் இருந்து ஆம் என்றே பதில் வரும். ஆம் என உண்மையையே பேசுபவர். அவர் சொல்லும் ஆம் வழியே கடவுள் அருளும், அவரின் வாக்குறுதிகளும் நிறைவேறும்; அப்படியே ஆகட்டும் என்பதே பொருள் என்பார் பாதர் ஸ்டேன்லி.

அவள் மீண்டும் விளக்கம் சொல்வதைப் போல அப்படியே ஆகட்டும் என்றாள். கறுத்த தாடியுடன் காணப்பட்ட அந்த மனிதர் ஏதோ விசித்திரமானதைக் கேட்பது போல் நின்றார். அந்த நாய்க்குட்டியின் கீறல் சப்தத்தையும் கேட்டார். கிறிஸ்டியும் அதனைப் பார்த்தாள். கையிலிருந்த கயிற்றைச் சிடுக்கியபடி முன் நகர்ந்தாள். டாமியும் விசுக்கென நகர்ந்தது.

அவளிருக்கும் பகுதியில் அந்தப் புத்தக வெளியீட்டு விழா இருந்தது. குறுஞ்செய்தி வந்திருந்தது. அந்தப் புத்தகம் சுயமுன்னேற்றப் புத்தகம். அந்தப் பகுதியில் பேக்கரி நடத்தும் செல்வராஜ் எழுதிய

புத்தகம். அவர் ஒரு காலத்தில் நெசவாளி. அப்புறம் பேக்கரி தொழிலைக் கற்றுக்கொண்டார். இருபது வருடமாய் பேக்கரி வைத்திருக்கிறார். ரசாயனப் பொருட்கள் கலக்காத பொருட்களைத் தயாரிக்கிறவர் என்ற முத்திரையில் திளைப்பவர். அவர் பேக்கரி முகப்பில் திருவள்ளுவர் படம் போட்டுத் திருக்குறள் வரிகளை எழுதி வைப்பார். பொன்மொழிகளை எழுதிப் போடுவார். அந்தப் பொன்மொழிகளையும். வாசகங்களையும் தொகுத்து "உள் மனம் பேசுகிறது" என்றத் தலைப்பில் நான்கு பாரங்களைக் கொண்ட நூல் ஒன்றை வெளியிடும் நிகழ்வு அது.

"இங்க ஆன்மீகச் சொற்பொழிவுகள் நடக்கும். நல்ல காரியங்கள் நடக்கும்.. நாயையெல்லாம் கொண்டுட்டு வரக்கூடாது" என்றார் கருந்தாடிக்காரர்.

அவளும் ஆமென் என்று சொல்லிவிட்டு நகர்ந்தாள். தான் பத்திரிகையாளர் என்று சொல்லியிருந்தால் மரியாதை வேறு விதமாக இருந்திருக்கலாம் என்று நினைத்தாள்.

"காபி சாப்பிட்டுப்போங்க" என்றார் அவரே. அவர் திரும்பத் திரும்ப அவளின் குட்டி நாயைப் பார்த்தே பேசினார். அதன் உடம்பில் மயிர்கள் அடர்ந்திருந்தன. வெளுப்பும் செம்பட்டையும் கலந்து அடர்த்தியாகவே காணப்பட்டது. அதைக் கத்தரித்து ஒழுங்குபடுத்த நேரம் ஒதுக்க நினைத்தாள். தங்கியிருக்கும் விடுதியில் ஆட்கள் நடமாட்டம் இல்லாத போது ஒரு மூலையில் உட்கார்ந்து செய்ய வேண்டும். பலர் நடமாடும் நேரம் என்றால் மூஞ்சியைச் சுளிப்பார்கள். அதைக் குளிப்பாட்டவும் வேண்டும். ஏதோ ஊறல் நாற்றம் வருவது போல் பார்ப்பார்கள். கொஞ்ச தூரம் போனால் நல்லாற்றில் சாயக்கழிவுகள் ஓடும் நாற்றத்தை விடவா. காசி விநாயகர் கோவில் முனையில் கொட்டப்பட்டுக்கிடக்கும் குப்பைகளிலிருந்து வரும் நாற்றத்தை விடவா. ஆனால் யாரிடம் எதைச் சகித்துக் கொள்வது என்பதை அவரவர்களே தீர்மானித்துக் கொள்கிறார்கள் என்று பட்டது அவளுக்கு.

மதன் கூட தலைமுடி வெட்ட சலூன் தேடி அலைந்து அப்புறம் இந்திரா நகரில் வடநாட்டு இளைஞன் ஒருவன் வைத்திருந்த சலூனில் முடிவெட்டியதைச் சொன்னது அவளுக்கு ஞாபகம் வந்தது. உடம்பப் போர்த்திக்கொள்ள மெல்லிசான ஒரு துணிக்கு முப்பது ரூபாய் தரவேண்டும். அது ஒரு தரம்தான் உபயோகப்படுத்துவது என்பதால் முப்பது ரூபாய் கட்டாயம். அப்புறம் அக்குள் மயிர் எடுக்கப்படாது என்ற பெரிய போர்டு வாசகம் அவனைத் துன்புறுத்தியது. மயிர்கள் கீழே சிதறிக் கிடக்க அதை மிதித்துக் கொண்டே நடமாடியதில் அருவருப்பாக இருந்திருக்கிறது மதனுக்கு.

எங்காவது சலூனுக்குக் கூட்டிக்கொண்டு போய் நாயைச் சீராக்கலாம். ஆனால் எந்த சலூனிலும் கூட்டம் குறைவாக இல்லை என்பதை அவளும் கவனித்திருந்தாள்.

"பதிலைத் தேடுவதில் தொலைந்து போய்க்கொண்டிருக்கிறோம்" என்று புத்தகத்தை அறிமுகப்படுத்தியவர் சொல்லிக் கொண்டிருந்தார் உரத்த குரலில் மைக்கில். அவருக்கு சன்மானம் இல்லையென்றால் பேக்கரிக்காரர் சுயமுன்னேற்ற வார்த்தைகளுடன் தேங்காய், பன், பிஸ்கட், கேக்குகளை அன்பளிப்பாகத் தரவேண்டியிருக்கும் என நினைத்தாள் அவள்.

போண்டா வண்டிக் கடைகள் அந்த வீதியில் இரண்டு மூன்று காணப்படும். முட்டை போண்டா வாங்க ஆசைப்பட்டாள். ஆனால் தள்ளு வண்டிகள் எதுவும் காணப்படவில்லை.

காய்கறிக் கூறுகளைப் பரப்பிக் கொண்டிருந்தவர்களில் ஒரு பெண் கிறிஸ்டியைப் பார்த்துச் சிரித்தாள். பதிலுக்கு அவளும் சிரித்தாள். எதேச்சையாய் நாயும் பற்களைக் காட்டியது. சிறு காய்கறிக் கடைகள், வெங்காய வியாபாரிகள், வாழைப்பழ வியாபாரிகள் என்று நீண்ட வரிசை அந்தத் தெருவின் முனையிலிருந்து தெரு சென்று முடிகிற வரை ஆக்கிரமித்திருந்தார்கள். மாலை வேளை என்பதால் இந்த ஆக்கிரமிப்பு. அந்த முனையில் ஒரு நூலகக் கட்டிடம் இருந்தது. அது கொஞ்ச காலம் செயல்பட்டது. பிறகு சுகாதாரப் பணியாளர்கள் துப்புறவுச் சாமான்கள் வைக்கும் இடமாகவும் காலையில் வருகையைப் பதிவு செய்யும் இடமாகவும் மாறிவிட்டது. நூலகம் இப்படி மாறி விட்டதை அவள் ஒரு கட்டுரையாக எழுதியிருந்தாள். ஆனால் வெறும் கட்டிடத்தைப் படமாகப் போடாமல் சுகாதாரப் பணியாளர்கள் அங்கு உள்ளே இருக்கும்போது எடுக்கப்பட்ட ஏதாவது புகைப்படம் தேவை என்று சீனியர் ரிப்போட்டர் சொன்னதால் அது பிரசுரமாகவில்லை.

"ஐம்பது ரூபாய்க்கு ஹெலிகாப்டர். மேலே பறக்கலாம். கீழே இறங்கலாம்" கையிலிருந்த ஹெலிகாப்டர் பொம்மையை இயக்கி வானம் பார்த்தான் ஒருவன். சற்றே வானம் கறுத்துக் கொண்டிருந்ததில் மேலே சென்ற ஹெலிகாப்டர் கண்ணில் படாதது போல் கண்களைச் சிறுத்துக்கொண்டு பார்த்தான் அவன்

இந்த ஹெலிகாப்டரில் இந்த நாய்க்குட்டியை வைத்து மேலே அனுப்பி விட்டால் அது கீழே இறங்கும்போது உடம்பு மயிர்கள் வெட்டப்பட்டு படு சுத்தமாக வரும் என நினைத்தாள். அவள் நினைப்பு வினோதமாகத் தென்பட்டது.

பிரவாஹா மருத்துவமனையின் முகப்பு அவளின் கண்களில் பட்டது. சிறிய வாசல். வாசல் நீளமாகவே இருந்தது. முகப்பில்

நாலைந்து பேர் உடம்பைக் குறுக்கிக் கொண்டு உட்கார்ந்திருந்தார்கள்.. அவர்களின் பயத்திற்குக் காரணம் குளிர் காய்ச்சலா,, இல்லை கொரானா பயமா... கேட்டுக்கொண்டாள்.அங்கு பணிபுரியும் ஒரு தாதியை அவள் அவ்வப்போது பார்ப்பாள். இப்போதெல்லாம் தென்படுவதில்லை. கொரானா காலத்தில் தனியார் மருத்துவமனைகள் ஏகதேசம் எல்லாவற்றையும் மூடி விட்டார்கள். பிரவாஹா மருத்துவமனையைக்கூட இப்போதுதான் சமீபமாய் திறந்திருக் கிறார்கள். அந்தத் தாதி என்னவாகியிருப்பாள். உள்ளே சென்று கேட்கலாமா..

"பதிலைத்தேடுவதில் தொலைந்து போய்க்கொண்டிருக்கிறோம்:" என்று புத்தகத்தை அறிமுகப்படுத்தியவர் சொல்லிக்கொண்டிருந்தது ஞாபகம் வந்தது

***

20

அவனுக்குத் தான் செத்துபோய்விட்டது நன்கு தெரிந்தது.

செத்துப் போய் விட்டோம். ஆனால் பழைய இடத்திற்கு வந்திருக்கிறோம். என்ன ஒரு விசிட்டா.. இது பழைய இடமா. எங்கும் இருட்டாகவேயிருந்தது.. இரவு விளக்கு என்று எதுவும் போடாதது இருட்டுக்குள் தள்ளியிருந்தது.வெளியே இருந்து கசிந்து கொண்டிருந்த வெளிச்சம் சமையல் அறைக்குள் போகச் செய்தது. சாப்பாட்டுத் தட்டு. இரவில் சாப்பிட்டு விட்டுக் கழுவி வைத்தது. அப்படியே பளிச்சென்று இருந்தது.

கண்கள் இப்போது கொஞ்சம் தெரிகிற மாதிரி இருந்தது. நாற்காலியை அடையாளம் கண்டுகொண்டான். ஏதோ பக்கத்தை மடக்கி வைத்திருப்பதால் அடையாளம் திமிறிக்கொண்டு தெரிந்தது. படுப்பதற்கு அரை மணி நேரம் முன்னால் தொலைக்காட்சியை அணைத்து விடுவதை சமீபத்தில் பயிற்சிக்குச் சென்ற பின்னால் செய்யக் கற்றுக் கொண்டான். பயிற்சியில் அதைச் சொல்லி யிருந்தார்கள். தொலைக்காட்சி பார்த்து விட்டு உடனே படுக்கைக்குப் போவதைத் தவிர்க்கச் சொல்லியிருந்தார்கள். தரையில் உட்கார்ந்து சாப்பிடும் பழைய பழக்கத்தையும் அவர்கள் சொன்னதால் மறுபடியும் கடைப்பிடிக்க ஆரம்பித்தான். சமீபப் பயிற்சியில் ஆசனங்கள் செய்கிற போது தொடையில் ஒரு வகை வலி வந்தது.

"கீழே உட்கார்ந்து சாப்பிட்டால் இந்த வலி இருக்காது. அந்த பழைய பழக்கம் நல்லது" என்று சொல்லப்பட்டதை நினைவில் கொண்டு உட்காரப்பழகினான், இப்போதெல்லாம் அப்படி

உட்காருவது சுலபமாக இருந்தது. ஏனோ அது மகிழ்ச்சி தந்தது அவனுக்கு

கட்டிலை இப்போது முழுசாய் அடையாளம் கண்டு கொள்ள முடிந்தது. கட்டிலில் படுக்காமல் தரையில் படுக்கும் பழக்கத்தை ஏற்படுத்தி விட வேண்டும் என்றும் சொன்னார்கள். பணம் கொடுத்து புதிதாய் பாய் வாங்க வேண்டியிருக்கும். அதனால் அது தாமதமாகிக் கொண்டிருந்தது. சுவாசனத்தில் கிடக்கிறபோதெல்லாம் பாய் வாங்க வேண்டும் என நினைப்பான். அறையில் .ஆசனம் செய்யும் போது கட்டில் மேல் உட்கார்ந்து முயன்று பார்த்தான். கட்டில் தேவையில்லாமல் சத்தம் போட்டது,. மெத்தைத் துணிகள் சுருங்கி அசிங்கமாகக் கிடந்தன. உடம்பைத் தள்ளிவிட்டு வேடிக்கை பார்ப்பது போலிருந்தது. வேண்டாம் என்று விட்டு விட்டான்.

செத்துப் போய் விட்டது உண்மைதான். இப்போது இங்கு உலாவுவதற்கு ஒரு வாய்ப்பு கிடைத்திருக்கிறது. கதவு பெரிய மார்பு கொண்ட ராட்சதன் போல் விரிந்து நின்றிருந்தது. மரக்கதவின் வார்னீஷ் பளபளப்பு இருட்டிலும் கண் சிமிட்டிக்கொண்டிருந்தது.

கதவைத் திறந்த போது வெளிச்சம் திமிறிக்கொண்டு உள்ளே நுழைந்தது. அது அறையில் இருப்பதையெல்லாம் வெளிச்சம் காட்டியது. தமிழ் எழுத்துக்களைக் கொண்ட மாதக்காலண்டர் சுருண்டு கிடந்தது. மாதக்கணக்கை மாற்றும் போது அதனைத் தாங்கியிருந்த முனைக்கயிறு அறுந்து விட்டதால் சுவரில் மாட்டாமல் தனியே எடுத்துப் போட்டிருந்தான். இனி அது உபயோகம் இல்லாமல் போகுமா. தமிழ் எழுத்துக்கள் புரியாமல் பலர் இது எதுக்கு என்று அவனிடம் கேட்டிருந்தார்கள். இப்படி கீழேபோட்டது நல்லதுதானா. அவர்களுக்கு இனி ஆறுதல் தருமா. அதை எப்படி விட்டுக் கொடுப்பது.. அதை மறுபடியும் மாட்ட வேண்டும்

செத்துப் போனவனுக்குத் தமிழ்க்காலண்டர் தேவையா. ஆயுளே முடிந்து விட்டது. இனி காலண்டர் சொல்லும் வருடம், தேதி என்பதெல்லாம் தேவையா. செத்துப்போனவன் ஆவியாகத்தான் உலவ வேண்டுமா. ஸ்தூல உடம்புடன் இருக்க முடியாதா.

ஆறாவது அறிவு தேவையா. அறிவையே அறிந்து கொள்ளக்கூடிய அறிவின் உயர்நிலை. இறை நிலையே இங்கு நானாக இருப்பது ஏன் நானே அறிவே. அறிவே தெய்வம்.. ஆவியாகப்போன பிறகு ஆறாவது அறிவெல்லாம் தேவையா. எதிர்பார்ப்பு. பயம் குழப்ப,. இப்போது பயம் எங்கிருக்கிறது

வயிறு கனத்துக் கிடந்தது. அடிவயிறு தனியே பிய்ந்து போகும் போல இருந்தது. கழிப்பறை வெளியே கதவைத்தாண்டி தனியிடத்தில்

இருந்தது. கழிப்பறை விளக்கை எரிய விட்டான். இப்போது சிறுநீர் ஏகமாய் நெடுநேரம் பிரிந்து அவனின் அடி வயிற்றை காலியாக்கியது.

இப்போது கால்களைப் பார்த்துக்கொண்டான். செத்துப் போனவனுக்கு கால்கள் இருக்காது அல்லவா., ஆவிக்கு கால்கள் இருக்காது அல்லவா.

தான் சாகவில்லை என்பதை உறுதிப்படுத்திக்கொண்டான்

இனி தூக்கம் வருமா. விழிப்பு வந்துவிட்டது. விழிப்பு சாகவில்லை என்று சொன்ன விழிப்பு. நேரம் பார்க்கலாம். கைபேசியை மின் ஏற்றியில் போட்டு விட்டதால் அதில் நேரம் பார்க்க முடியாது.

தவளை சத்தம் கேட்டது. தவளையெல்லாம் இருக்கிறதா என்ன.. அந்த இனம்அழிந்து விட்டதல்லவா. கொசு, ஈக்கள் பரவ அதுவும் காரணம் அல்லவா. தவளைச்சத்தம் கனவா நினைவா... இல்லாத சத்தம் கேட்பது பிரமையா.

ஒலியே வாழ்த்தல்லவா. அப்படியென்றால் தவளையின் சத்தம் வாழ்த்தா.

இட்லர் மீசையுடன் ஒரு முகம் மனதில் வந்து மறைந்தது. அவன் செத்துப்போனான், இல்லை தற்கொலை செய்துகொண்டான். அவன் கால் இல்லாதவனாய் ஆவியாய்த்தான் அலைவான். முகத்தில் அம்மைத்தளும்புடன் இருந்த அவனின் சித்தப்பா முகம் நினைவில் வந்து மறைந்து போனது. இப்போதெல்லாம் அம்மைத்தளும்புடன் யாரும் தென்படுவதில்லை. அம்மையே ஒழிக்கப்பட்டு விட்டதே. இட்லர் ஒழிந்து போனான். வேறு இட்லர்கள் இல்லாமல் போய் விட்டார்களா என்ன. நிறைய இட்லர்கள் இருந்து கொண்டுதான் இருக்கிறார்கள். நான் எத்தனை நாளைக்கு இருப்பேன். தேவை யில்லாத காலண்டர் போல் ஆகிப்போவேனோ.

எப்படியாயினும் விழிப்பு வந்து விட்டது. செத்த அனுபவத்திலிருந்து மீண்டாகி விட்டது. இனி விழிப்புதான். விழிப்பு. எல்லாவற்றையும் வென்று விடக்கூடிய விழிப்பு.

விழிப்பு வந்து விட்டதால் இன்றைக்கு சீக்கிரம் பயிற்சிக்குப் போய் விடலாம். இன்னும் சில நாட்கள் தான் பயிற்சி என்பது உடனடி ஆறுதலாக மதனின் மனதில் வந்தது.

***

21

மூன்று ஏ டி எம்.கள்:

1. வழக்கமாக கூத்தம்பாளையம் ஏ டி எம் ல் தான் அவன் பணம் எடுப்பான். பிரதான சாலையில் இருந்தது அது போகும் வரும்

வழியில் தட்டுப்பட்டுக்கொண்டே இருக்கும். அடிக்கடி மனதில் வருகிற கிறிஸ்டி போல. அதனால் பணம் தேவைப்பட்டாலோ மினி ஸ்டேட்மெண்ட் எடுக்க வேண்டும் என்று தோன்றுகிற போதோ அதில் நுழைந்து விடுவான்.

எப்போதும் வயதான ஏதாவது ஒரு காவலாளி அங்கு நாற்காலியொன்றில் உட்கார்ந்திருப்பார். சமீபமாய் சமூக இடைவெளி விட்டு நிற்பது, நெடுநேரம் யாராவது ஏ டி எம் மிஷினுடன் போராடிக்கொண்டிருந்தால் சென்று உதவுவது என்று செய்து கொண்டிருப்பார். இன்றைக்கு அவர் காணப்பட வில்லை. இடம் காலியாகத்தான் இருந்தது. துண்டுச்சீட்டுகள், ரசீதுகள் என்று ஏகமாய் குப்பை சேர்ந்திருந்தது. அவனின் பார்வையில் கிறுக்கலான எழுத்தில் “இயந்திரம் பழுதடைந்துள்ளது” என்ற தமிழ் எழுத்துக்கள் கண்ணில் பட்டதும் அவன் உள்ளே செல்லத் தயங்கினான். அவனுக்குப் பின்னால் வந்தவர் ஏ டி எம். இயந்திரம் பக்கம் போய் எதுவும் மிளிர்ந்து ஏதும் ஜாலம் காட்டாததால் உச் என்று சொல்லியபடி வெளியே வந்தார். எதிரில் இருந்த குப்பைத் தொட்டியில் ஒரு மிதிவண்டி ட வடிவத்தில் தன்னைப் பொருத்திக்கொண்டு நின்றிருந்தது. இன்னும் கொஞ்சம் சாய்ந்தால் விழுந்து விடும். அதென்ன துருப்பிடித்து விட்டதா அல்லது பயன்பாடு இல்லாததா. பழைய மிதிவண்டிதான். ஆனால் ஏன் இப்படி வந்து விழுந்து கிடக்கிறது. பழைய சாமான் கடைக்குப் போட்டாலாவது ஏதாவது பணம் கிடைக்கும். ஏன் இப்படி போட்டு வைத்திருக்கிறார்கள். அவன் திருவனந்த புரத்திற்கு ஒரு முறை சுற்றுலா சென்றபோது தொடர்வண்டி நிலையம் எதிரில் இருந்த காம்பவுண்ட் அருகில் “பெட்ரோல் செலவைக் குறைக்க மிதி வண்டிகளைப் பயன்படுத்துவீர். சுற்றுச்சூழலைக் காப்பீர்” என்ற வாசகங்களுடன் ஒரு மிதி வண்டி நிறுத்தி வைத்திருந்ததைப் பார்த்திருந்தான் மதன். அப்படியொரு பலகையுடன் இதை நிறுத்திவிட்டால் கூட அர்த்தம் இருக்கும் ஏன் இப்படிக் கிடக்கிறது. அனாதியாகி விட்டதா. அதற்குப் பின்னால் இருந்த இடத்தில் உங்கள் கணவரை மீட்க வேண்டி எங்களை நாடுங்கள் என்ற போர்டு இருந்தது. அது மதுவிலிருந்து மீட்சி அளிக்கும் நிறுவன விளம்பரம்.

2. அண்ணா நகர் ஏ டி எம். இல் ஏழெட்டுப்பேர் இருந்தார்கள். அவனும் சேர்ந்து நின்று கொண்டான்.

“இரண்டாயிரம் மட்டுந்தா வருது. நாலு ஐந்நூறு ரூபாய்க மட்டுந்தா”

காவலாளி கையிலிருந்த குச்சியைத் தரையில் தட்டி சொல்லிக் கொண்டிருந்தார்.. பேச்சினூடே அவருக்கு இருமல் வந்தது. முகக்கவசத்தை எடுத்து விட்டு சாகவாசமாய் இருமிக் கொண்டார்.

அவனுக்கு நம்பிக்கையாக இருந்தது. எப்படியும் பணம் கிடைக்கும். முதலில் எவ்வளவு இருக்கிறது என்று சோதித்து விடலாம். இரண்டாயிரமெல்லாம் பெரிய தொகைதான்.

அவனுக்கு முன்னால் நான்கு பேர் இருந்தார்கள். அதில் மனநலம் பாதிக்கப்பட்ட மலையாளப் பெண்ணின் கணவரும் இருந்தார். அந்தப் பெண்ணைக் காணவில்லை. அந்தப் பெண்ணை கவனித்துக் கொள்ள வீட்டில் யாராவது இருப்பார்கள். அதுதான் விட்டு விட்டு வந்திருக்கிறார். நேற்று குளிர்ச்சியாக ஏதாவது சாப்பிட கோவண்ணன் சர்பத் கடைப்பக்கம் நின்றிருந்தான். அப்போது அந்த மலையாளத் தம்பதி வந்தார்கள். மலையாளத்தம்பதி என்று தெரிகிற வகையில் சாதாரணமாய் இருவர் நெற்றியிலும் சந்தனக்கீற்றுகள் எந்த நிலையிலும் இருக்கும். கணவர் குடை வைத்திருப்பார். சர்பத்காரன் ஐஸ் பாளத்தை சிறு கத்தியால் உடைத்துக் கீறிக்கொண்டிருந்தான். அதைப்பார்த்து அந்தப்பெண் முகத்தைப்பீதியாக்கிக் கொண்டிருந்தாள். மெல்ல அவளின் உதடுகள் துடிக்க ஆரம்பித்தன. கணவன் அவளை அங்கிருந்து மெல்ல வேறு இடத்திற்குக் கூட்டிச் சென்றான்..

“செரி அது வேண்டாம். இளநி குடிக்கலாம்” என்றான்.

இரண்டு தினங்கள் முன்னால் அண்ணாநகரில் இருந்த பேச்சியம்மன் கோயிலுக்கு மலையாளத் தம்பதிகள் சென்றிருந்தார்கள். சாமியாடி சொல்லிக் கொண்டிருந்ததைக் கேட்டு மலையாளக் கணவர் அதிர்ச்சியடைந்து பார்த்துக் கொண்டிருந்தார்.

“இன்னும் செரியாகுலையா. பக்கத்திலேயே சீக்கிரமே சொஸ்தம் கெடைக்கும் பயப்படாதே. கயிறு கட்டு. பலி போடு” சிவப்பு கயிறு ஒன்றை வாங்கிக் கட்டிவிட்டான். திருநீறு வாங்கி அவளின் நெற்றியில் பூசி விட்டு உள்ளங்கையில் வைத்து எட்டுத்திக்கிலும் பூ பூவென்று ஊதினான். அது தூசிகளாய் பறந்து சென்றது.

“ஏ டி எம்.லே பணம் தீந்து போச்சு” பணம் எடுக்க நின்றிருந்தவர் சொல்லியபடி நகர்ந்தார். திடுக்கிட்டவர் போல் காவலாளி உள்ளே சென்று பொத்தான்களை அழுத்திப்பார்த்து விட்டு உதட்டைப் பிதுக்கினார். இனி நிற்பது பயனில்லை என்பது போல் மதன் நகர்ந்தான்

3 பிச்சம்பாளையம் பேருந்து நிறுத்தத்தில் இருந்த ஏடிஎமி ல் நீண்ட வரிசை இருந்தது. நான்கு பெண்கள் வரிசையில் இருந்தது அவனுக்கு அதிசயமாகப்பட்டது.. வரிசையில் அதிகமானவர்கள் இருப்பதும் காவலாளி எல்லாவற்றையும் நோட்டமிட்டுக் கொண்டிருப்பதும் மதனுக்கு பணம் கிடைத்து விடும் என்ற

நம்பிக்கையைத் தந்தது. வரிசையில் இருந்த பெண்கள் மட்டும் முகக்கவசம் அணிந்திருந்தார்கள். பொறுப்பானவர்கள் என்று சொல்லிக்கொண்டான். பேருந்துகள் அந்த இடத்தில் வருவதும் சிக்னலுக்காக நிற்பதுமாக இருந்தன. வரிசையில் நிற்பவர்கள் கவனத்தில் பேருந்தில் ஏறும் இறங்கும் நபர்கள் கண்களில் பட்டார்கள்.

ஏ டி எம்.க்குப் பக்கத்தில் இருந்தது ஒரு அடமானக்கடை. "நகைகள் அடமானம் வாங்கப்படும். அடமானம் உள்ள நகைகள் மீட்கப்பட்டு நல்ல விலைதரப்படும்" என்கிற எழுத்துக்கள் மஞ்சள் நிறத்தில் மின்னிக் கொண்டிருந்தன. அங்கும் ஒரு வரிசை இருந்தது. ஒரு பெண்ணின் அருகில் நின்றிருந்த நாற்பது வயதுக்காரர் தள்ளாடியபடி இருந்தார். அவரின் முகத்துத் தாடியும் சிதைந்த சட்டையின் கோலங்களும் அவரின் நிலையைச் சொல்லிக்கொண்டிருந்தது. சட்டென வேட்டியை மேலே தூக்கினார். கட்டம் போட்ட அண்டர்வாருக்கு மேல் இருந்த வெள்ளி அருணாக்கயிற்றை சட்டென இழுத்து அறுப்பது போல் சுலபமாக வெளியிலெடுத்தார். இப்போது அருணாக்கயிற்றை தன் கழுத்தில் மாட்டிக்கொண்டார். வேட்டியை சரியாக உடம்புத் தள்ளாட்டத்துடன் கட்டிக்கொண்டார்.

"இதையும் வெச்சிரு"

"உங்க கிட்ட இருக்கட்டுமே" என்றாள் அதை வாங்கிக்கொண்ட பெண்மணி

"இல்லெ வித்துரு"

தன்னிடம் இப்படி அடமானம் வைப்பதற்குக் கூட உபயோக மானப் பொருட்கள் இல்லை என்பது ஞாபகம் வந்தது. அவனுடன் பணிபுரிந்து வேலை நிறுத்தத்தில் இருக்கும் அவனைப் போலவே தற்காலிகத் தொழிலாளியான சந்தானகிருஷ்ணன் சமீபத்தில் கையிலிருந்த மனைவியின் நகைகளை விற்று விட்டதைப் பற்றிச் சொன்னான். வேறு வழியில்லை. வேலை நிறுத்தக் காலத்தில் குடும்பத்தை ஓட்ட வேண்டும் என்றான். அப்போது மதன் சொன்னான்:

"எனக்குப் பொண்டாட்டியுமில்லே நகையும் இல்லே சந்தானம்"

"ரெண்டும் வருண்டா"

"வரும் போகும்"

"வரும். போகக்கூடாது"

எதிரில் இருந்தவன் ஸ்டேண்ட் ஒன்றை மாட்டி தூரக்

கண்ணாடியால் தூரத்துப் பார்வையில் எதிரில் இருப்பதைப் பார்த்தான். கையிலிருந்த நோட்டுப் புத்தகத்தில் அதைக் குறித்துக் கொண்டு நூறு அடி தள்ளிப்போய் நின்றான். அந்தப் பகுதியில் மேம்பாலம் வருகிறது அதற்கான சர்வேயா. அல்லது ஏதேதோ குழாய்கள் அங்கங்கே கிடக்கின்றன. அவற்றைப் புதைக்க ஏதாவது வழி செய்கிறார்களா என்று கேட்டுக்கொண்டான் மதன். அடமானக் கடைப் பக்கம் மிதிவண்டியில் வந்து நின்ற இளைஞன் வரிசையில் நின்றிருந்த வயதானப் பெண்ணிடம் ஏதோ சைகை செய்து சொன்னான். அந்த முதியவளும் இறுகிப்போன முகத்துடன் ஏதோ சொல்லும் வகையில் சைகை செய்தாள்.

இந்த வேலை நிறுத்தமும், ஊரடங்கும் தொடர்ந்தால் தானும் இப்படி ஊமை பாசையை கற்றுக்கொள்ள வாய்ப்பு கிடைக்கும் என நினைத்தான் மதன். அதெல்லாம் அவசியமா என்று கேட்டுக் கொண்டான். இப்போது போகும் மன வளக் கலைப் பயிற்சியும் அவசியமா என்று முன்பு கேட்டுக்கொண்டது அவனின் ஞாபகத்திற்கு வந்தது.

★★★

22

சிவன் அந்தப் பையனின் தலையின் வலது பக்கத்தைத் தொட்டு மார்பின் வழியாகக் கால் தொடை வரைக்கும் வலது கையைக் கொண்டு வந்தார்.

“நல்லாயிருப்பே” என்றார் சிவன். அவர் பக்கத்தில் வந்து நின்றிருந்த பையனைப் பார்த்து ..

“என்ன திருநிதி ஆயிட்டீங்க போல.. ஆசீர்வாதம் பண்ண ஆரம்பிச்சிட்டீங்க”

“ஆசீர்வாதம் பண்றதுக்கு திருநிதி ஆகத்தா வேணுமா என்ன மதன்”

“நல்ல மனசு இருந்தாப் போதுமே”

“காலேஜ் போகப் போறான். எல்லாமே கொரானாவுலே நிக்குது. நல்லா வருவான்”

அந்தப் பையன் அணிந்திருந்த ஜீன்ஸ் பேண்ட் பல இடங்களில் கிழிபட்டிருந்தது. கிழிபட்டவை பிசிறு பிசிறாகத் தொங்கிக் கொண்டிருந்தன. அவனின் இடுப்பிலிருந்த பெல்ட் நழுவி விடும் போலிருந்தது. வழங்கப்பட்டிருந்த சுக்குக் காப்பி டம்ளர் ஒன்றை அந்தப் பையனிடமும் சிவன் தந்தார்.

“ நீயும் இந்தப்பயிற்சிக்கெல்லா வரணும்”

“ சேந்துக்கிறனுங்க”

சங்கர் அடுத்தப் பயிற்சி வகுப்பு துவங்கும் போது சொல்லச் சொல்லியிருந்தான். சேரணும், உடம்பையும் மனதையும் திடமாக்கிக் கொள்ளணும் என்றான். அவன் அம்மா சங்கருக்குப் பெண் பார்க்கத் துவங்கியிருப்பதாகச் சொன்னாள் மதனிடம்.

“பார்த்திட்டிருப்போம். கொரானா காலம் முடியறப்போ முடிச்சிர்லாம்”

“அது ஒரு வருஷமோ ரெண்டு வருஷமோ ஆகும்ங்கறாங்க”

“அதுக்கு மத்தியிலே கல்யாணம் பண்ணாமெ இருக்கறாங்களா என்ன. இதுக்கு மத்தியிலெ அவனை நீ போறப் பயிற்சிக்கெல்லா அனுப்பணும். இந்தப் பயிற்சிக்கெல்லாம் போயிருக்கான்னு சொன்னா ஒழுக்கமான பையன்னு நெனப்பாங்கல்லெ மதன். வேலையில்லாமெ இருக்கான் ஏதாச்சும் வேலை கெடச்சிடும். இல்லீன்னா ஏதாச்சும் வியாபாரம் ஆரம்பிக்கணும் சங்கருக்கு ஆகறமாதிரி... இல்லீன்னா சுய தொழில்.”

“ ஆமா ஒழுக்கத்துக்கு இந்தப் பயிற்சியெல்லா ஒரு சர்டிபிகேட்தா. சுய தொழில்ன்னு சொன்னதும் சட்டுன்னு வறுமையின் நிறம் சிவப்பு படம் ஞாபகம் வருது. கமலஹாசன் வேலையில்லாதவனா இருந்து சலூன்லே வேலைக்குச் சேர்வான். படிச்சவன் கிட்ட ஷேவிங்க் பண்றதா! வேண்டாம்பாப்பான்னு தேங்காய் சீனிவாசன் எந்திரிச்சு சலூன்லே இருந்து ஓடுவார்” சங்கரின் அப்பா அப்போது சொன்னார்.

அந்தப் பையன் அணிந்திருந்த ஜீன்சையே பிரஸ் ஜெயபால் பார்த்துக்கொண்டிருந்தார்.

“இந்த ஜீன்சுக்கு என்ன பேர் தம்பி.” சுக்குக்காப்பி குடித்துக் கொண்டிருந்த பலரை ஜெயபால் நோட்டமிட்டார். அவர் தொளதொளவென்று பழைய பேண்ட் ஒன்றை அணிந்திருந்தார். பெரும்பான்மையினர் பயிற்சிக்கான பேண்ட்டை அணிந்திருந்தனர். நாலைந்து பேர் ஜீன்ஸ் போன்ற உடை. ஒருவர் ஷார்ட் என்ற குட்டை பேண்ட் முழங்கால் வரை அணிந்திருந்தார். பெண்களில் ஏழெட்டுப்பேர் சுடிதாரில் இருந்தார்கள். நான்கு பேர் சேலை அணிந்திருந்தார்கள். பயிற்சியாளர் மணி டீசர்ட் பிராண்டு, தொளதொளப் பேண்ட் அணிந்திருந்தார்.

“ இதில் சீனியர் நாந்தான் ”என்றார் சிவன்.

“ நானும் ரவுடிதா. நானும் விவசாயிதான்னு சொல்ற மாதிரி நான் சீனியர்ன்னு சொல்லிக்கறீங்க. இன்னிக்கு நமக்குப் பவர்பாய்ண்ட் ஷோவுலே காட்டுனதிலே கொண்டை போட்டப் பொம்பளையக் காட்டுனாங்க. இங்க இருக்கறவங்க யாரும் கொண்டை போடலே. அப்போ இங்க யாரும் பொம்பளைக இல்லியா”

“குதர்க்கமான கேள்வி” சுக்குக் காபி டம்ளர் சிறியதாக இருந்ததால் சிவன் இரண்டு டம்ளர்களில் காபியை வைத்திருந்தார். கொஞ்சம் அதிகமாக இருக்கிறதென்று கொஞ்சம் காபியை கிழிந்த ஜீன்ஸ் பேண்ட் பையனின் டம்ளரில் ஊற்றினார்.

“நல்ல வேளை இது காபி. சுலபமா ஷேர் பண்ணீக்கலாம். சிகரெட்டெல்லா இந்தக் காலத்துப்பசங்க ஷேர் பண்றாங்க அதெல்லா டேஞ்சர். ஹைதராபாத்லே பேங்க் மார்கெட்டிங்க் மேனேஜர் ஒருத்தர் ஆபீசிலே சிகரெட் குடிச்சிருக்கார். அவர்கிட்ட சிகரெட் வாங்கி இன்னொருத்தர் பத்த வெச்சிருக்கிறார். அந்த மேனேஜருக்கு கொரானாவுன்னு கண்டுபிடிச்சப்போ சிகரெட் வாங்கிப்பத்த வெச்ச அந்த ஆபீஸ்காரங்களைப் பரிசோதிக்கப்போக பதினேழு பேருக்கு கொரானா கன்பார்ம் ஆனது பத்தி படிச்சீங்களா. கொரானா வந்த ஒரு ஆளு நானூத்தி ஆறு பேருக்கு தொத்து பண்ண முடியுமாமா”

“ஆமா.ஆனா இந்தப் பயிற்சி எடுக்கறவங்களுக்கெல்லா கொரானா ஒண்ணும் பண்ணாது. நல்ல எதிர்ப்புச்சக்திதா நம்ம உடம்புலே இந்தப் பயிற்சியாலெ நமக்குக் கெடைக்குதே”.

ஜெயபால் அந்தப் பையனை தலையிலிருந்து கால் வரை மெல்லப் பார்த்தார். “மூலாதாரம், சுவாதிஷ்டானம், மணிப்பூரகம், அனாகதம், விசுக்தி, ஆக்கினை” என்று மெல்லச் சொன்னார்

“எல்லாம் முடிஞ்சு ரிலேக்சேசனுக்குப் போறதெச் சொல்லிப் பாத்துக்கறீங்களா “

சற்றே ஒருக்களித்துச் சாத்தப்பட்டிருந்த கேட்டினை மெல்லத் திறந்து கொண்டு நுழைந்தனர் மலையாளத் தம்பதிகள். கணவர் வணக்கம் என்று கை கூப்பியபடி உள்ளே வந்தார்.

“எங்க மனைவியை இந்தப் பயிற்சியிலெ சேக்கணும்”

“அடுத்த மாதம் பத்தாம் தேதி அடுத்த அடிப்படைப் பயிற்சி ஆரம்பிக்குதுங்க. சேரலாம். நீங்க பயிற்சி எடுத்திருக்கீங்களா”

“ இல்லெ”

“அப்போ இவரோட சேர்ந்து நீங்களும் பயிற்சி எடுங்க. சுக்குக் காபி கொண்டாங்கப்பா. எதுக்கு பயிற்சி வேணுமுன்னு நெனைக்கறீங்க”

“இவங்களுக்கு சரியாத்தூக்கம் வர்றதில்லெ. பதட்டப்படறாங்க. யோகா உடல்பயிற்சி தியானம்ன்னு வந்தா நல்லதுன்னு சொன்னாங்க.”

“எல்லாம் நல்லாகும். சரி பண்ணீர்லாம். ஏன் இத்தனை நாளா இதெ எடுத்துக்கலே”

“இப்பதா இந்த ஏரியாவுக்குக் குடி வந்தோம். பயிற்சி பத்தின போர்டெ பல சமயம் பாத்திருக்கன். அதுதான். உண்டால் உறங்கணும், உறங்கினால் உண்ணணும்கற மாதிரி வாழ்க்கை சாதாரணமாப் போயிட்டிருக்கு”

“எல்லாம் செரியாயிரும். கொரானாவையே வெரட்டிர்லாம்” பயிற்சியாளர் மணியின் பக்கம் நகர்ந்தான் மதன்.

குசுகுசுவெனச் சொன்னான் “அய்யா இந்தம்மா மனநலம் பாதித்தவர்ன்னு நெனைக்கறேன். பத்து நாளைக்கு மேலெ நான் பயிற்சிக்கு வர்ற நாள்லே கவனிச்சிருக்கேன். மனநலம் பாதிப்பான வங்களுக்கு இது பயன்படுமோ”

“அப்பிடியா. பதட்டமா இருக்கு நீங்க சொல்றது. இந்தப் பயிற்சி பத்தித் தவறா அவங்க மனசுலே பதிய வெச்சுடக்கூடாது. நல்ல வைத்யம் தேவைன்னு சொல்லீர்லாம். இப்போ சொல்ல வேண்டாம். பயிற்சிக்கு வந்தப்புறம் சொல்லலாம். சக்கரை வியாதிக்காரங்க பயிற்சிக்கு வந்ததும் இனி மாத்திரையெல்லாம் சாப்பிட வேண்டியதில்லியேம்பாங்க. அய்யோ. அதெல்லா வுட்றாதீங்கன்னு சொல்லுவோம். அதுமாதிரி. இதை நான் மனசுலே வெச்சுக்கிறேன்.”

“நேத்து பயிற்சியிலெ பெட்டி போயி. தாக்கோல் இவிடேன்னு சொல்லிட்டு ஒரு கதை சொல்றீங்கன்னு சொன்னீங்க. இந்த மலையாளக்காரங்களெப் பாத்ததும் ஞாபகம் வருது. அதை இன்னிக்குச் சொல்றீங்களா”

‘சொல்றான். அப்புறம் கேப்மாரின்னு எப்பிடி திட்றாங்கன்னு. சொல்றாங்கன்னு கூடச் சொல்லணும்’

“ மனம் ஒரு கேப்மாரின்னு ஓஷோ சொன்னார்லே”

“ அவரே ஒரு பெரிய கேப்மாரி” என்றார் சிவன்.

“போலீஸ்காரங்க பார்வையிலெ எல்லாருமே கேப்மாரிகதா. குற்றவாளிக அந்தப் பார்வை தப்புன்னு சொர்றதுக்குத்தா இந்தப் பயிற்சி”

சுக்குக் காபி குடித்தவர்கள் டம்ளர்களைக் கழுவி விட்டு வந்து மேசையின் மேல் ஒவ்வொன்றாக வைத்தார்கள். அவற்றையெல்லாம் இன்னுமொரு முறை கழுவ சூப்பு சோமு ஒன்றின் மீது ஒன்றாகக் கவிழ்த்து வைத்து அடுக்கியதால் எழுந்த உலோகச் சத்தம் மிருக மொன்றின் வினோதமானக் கிறீச்சிடல் போலிருந்தது.

★★★

23

கன்னியாஸ்திரியின் வெள்ளை அங்கி அவளுக்கு உபத்திரமாகத் தான் இருந்தது. கிறிஸ்டி கழற்றி எறிந்து விட நினைத்தாள். முகக் கவசத்தைப் போட்டு முகத்தினை இறுக்கி மூச்சை சிரமப்பட வைத்து நுரையீரலைப் பாழ்படுத்தி வருவதாகத் தோன்றியது அவளுக்கு. கழற்றி எறிந்து விட வேண்டும். கன்னிகாஸ்திரியின் அங்கியையும் முகக்கவசத்தையும்.

அற்புதப் பெட்டியிலிருந்த கடிதங்களை எடுத்து புனிதத் தந்தையின் பார்வைக்குக் கொண்டு செல்ல வேண்டும்.

முதலில் வேண்டுதல்கள் கடிதங்களை எடுத்துப் பிரிக்க வேண்டும் அப்புறம் வேண்டுதல் பிரார்த்தனைகள் நிறைவேறியது பற்றிய கடிதங்களைப் பிரிக்க வேண்டும்.

பெரும்பாலும் இந்தக் கடிதங்கள் உறையில்போட்டு பெட்டியில் போடப்படுவதில்லை. அவசரமாய் எழுதின வேகத்தில் அற்புதப் பெட்டியில் போடப்படுபவை. தாள் வாங்கக் காசு இல்லாதவர்கள் போல் பலர் பழைய தாளிலும், பழுப்புத்தாளிலும் எழுதுகிறார்கள். அங்கு வந்த பின் கிடைக்கும் தாள்களை வைத்துக் கொண்டே அவசரமாக எழுதுகிறார்கள். இந்தப் பதட்டம் எதற்காக. வேண்டுதல் கள் சீக்கிரம் நிறைவேறி விட வேண்டும் என்ற ஆசையா.

தாயே என்றழைத்துத்தான் பல கடிதங்கள் ஆரம்பிக்கின்றன. மேன்மைதாங்கிய புனிதத் தந்தையே என்று யாரும் ஆரம்பிப்பதில்லை.

இயேசுவே தம் தாயை பெண்ணே என்று அழைத்திருக்கிறார். அது பலருக்கு ஒரு புதிராக இருந்திருக்கிறது. அம்மா என்று அழைப்பதாக திருவிவிலியத்தில் உள்ளது. அம்மா எனும் சொல் தாய் எனும் பொருள்படும் சொல்லாக அல்ல. மாறாக ஒரு பெண்ணை மரியாதையோடு அழைக்கும் சொல்லாகப் பயன்படுத்தப்பட்டுள்ளது. இயேசு எல்லாப் பெண்களையும் மரியாதையோடு இவ்வாறே அழைக்கிறார் சிலுவையிலிருந்தும் தம் தாயை அவர் இவ்வாறே அழைக்கிறார். பெண்ணே என அழைப்பது அன்னைய யூத சமுதாயத்தில் ஏற்றுக்கொள்ளப்பட்ட மரியாதைக்குரிய ஒரு வழக்கமாக இருக்கலாம். எனினும் யேசு தம் சொந்தத் தாயை அவ்வாறு அழைப்பது புரிந்து கொள்ளச் சிரமமானதாய் அவள் நினைத்தாள்.

" அம்மா என் அம்மா நீதானம்மா
பிள்ளை உம் பிள்ளை நாந்தானம்மா
ஆரோக்கியம் தருகின்ற தாய் நீ அம்மா "

என்று ஒரு வேண்டுதலுடன் ஒரு கடிதம் இருந்தது.

சில வேண்டுதல்கள்

என் அப்பாவிற்கு சொந்தமான வீட்டை விற்பனை செய்யவும் அதன் பின் என் சொந்தச் சகோதரிகள் கஷ்டம் தீர அந்தத் தொகையைப் பகிர்ந்து வாழத் தடைகள் தீரவும், எங்கள் பிள்ளைகள் கல்வியிலும் ஞான அறிவியல் வளர்ச்சியடைய புனித அந்தோணியாரே உம்மை வேண்டுகிறேன்.

நேற்றுதான் மன்றாட வேண்டும் என்ற எண்ணம் வந்தது. மாடியில் காயப்போட்டிருந்த துணிகளை எடுக்கும் போது தடுமாறி விழுந்து விட்டேன். வலது விலா எலும்பில் முறிவு ஏற்பட்டு விட்டது. பல நாட்கள் வைத்தியம் பார்த்தாயிற்று. எந்த மருத்துவமும் சுகம் தரவில்லை. இயேசுவே பாடுபட்ட காயத்தை நினைத்துச் செபிக்கிறேன். சுகமளிக்க வேண்டி செபிக்கிறேன்.

சரி.. எல்லா வேண்டுதல்களுக்கும் அன்னையும் இயேசுவும் ஆசி தருவார்களாக. கிறிஸ்டியின் வாய் முணுமுணுத்துக்கொண்டது.

அடுத்து மகிழ்ச்சி தந்த இறைவனுக்கு புனிதரின் வழியாக நன்றி கூறும் கடிதங்களைப் பிரிக்க ஆரம்பித்தாள் கிறிஸ்டி.

சில நன்றிகள்

நான் அரசு வேலை கிடைக்க புனித அந்தோணியாரிடம் வேண்டி நின்றேன். புனிதர் என் வேண்டுதலுக்குச் செவி சாய்த்து எனக்கு அரசு வங்கியில் வேலை வாங்கித் தந்தார். எனக்காக இறைவனிடம் பரிந்து பேசிய கோடி அற்புதருக்கு நெஞ்சார நன்றியைத் தெரிவிக்கிறேன்.

இதை ஒரு இந்து எழுதியிருக்கிறார். அவரைத் தொடர்பு கொண்டு மரியாவின் அருள் பெற தொடர்ந்து ஜபங்கள் செய்யும்படி கோர வேண்டும்.

அடுத்த நன்றிக்கடிதம்

நான் பேருந்தில் பயணம் செய்த போது எனது பையில் கைபேசியும் மணிபர்சும் வைத்திருந்தேன், என் பக்கத்துச் சீட்டில் ஒரு பெண் இருந்தாள். நான் புளியங்குளம் பேருந்து நிறுத்தத்தில் இறங்கியபோது என் மணி பர்சைக் காணவில்லை என்பதை உணர்ந்தேன் ஆனால் கைபேசி இருந்தது. கைபேசியின் பின்புறத்தில் புனித அந்தோணியார் செபச்சீட்டு வைத்திருந்தேன். அதனால் பாதுகாப்பாக கைபேசி இருந்தது. பேயோட்டும் சீட்டு அதன் செபம் எவ்வளவு வல்லமை என்பதை உணர்ந்து பக்தியோடு புனிதரின் வழியாக இறைவனுக்கு நன்றி கூறினேன்.

போதும் இதெல்லாம் போதும், கைபேசியில் வாட்ஸப்பில் வந்து குவியும் புனித செபவிசயங்கள் போல் இந்தக் கடிதங்கள் தினமும் வந்து

குவிந்து விடுகின்றன. மாயப்பெட்டியை இரண்டு நாட்கள் திறக்காமல் இருந்தால் இப்படிக் கடிதங்கள் குவிந்து விடுகின்றன.

ஒட்டப்பட்ட உறைகள் என்றால் அவற்றைக் கிழிக்க வேண்டும். உறைகளைச் சிதைக்க வேண்டும். அவற்றைப் பாதுகாக்காமல் குப்பைத்தொட்டியில் போடுவது கூட சிரமமாக இருக்கிறது நல்ல உறைகள். சில கூரியர் உறைகள். பத்து ரூபாய் இருபது ரூபாய் கூட இருக்கலாம். வேண்டுதல்கள் அந்தரங்கமாக இருக்க வேண்டும் என்று நல்ல உறைகளை இடுகிறார்கள்.

அப்படியொரு உறையைக் கிழிக்க முயன்றாள் கிறிஸ்டி. கிழிக்க முடியவில்லை. விரல்களில் வலி எடுக்க ஆரம்பித்தது. போதும் உறைகளைக் கிழித்தது. கிறிஸ்டி அவளின் சுரிதார் முனையை இழுத்துக்கொண்டிருப்பது தெரிந்தது. கனவு. நல்ல வேளை கன்னியாஸ்திரியின் வெள்ளை ஆடை இல்லாமல் போய்விட்டது. புனித தோமிக் சாவியோ என்ற இத்தாலி நாட்டைச்சார்ந்தவர் அவரைப் பற்றிப் படித்தாள் காலையில். அதுதான் இப்படி மனதில் கனவாய் வந்து விட்டதா

புனித தொன்போஸ்கோவிடம் நான் துணி என்றால் நீங்கள் தையற்காரராய் இருந்து என்னை உங்களோடு அழைத்துக் கொண்டு போய் ஆண்டவருக்கு ஒரு நேர்த்தியான ஆடை தைத்துக்கொடுங்கள் என்று தோமினி கூறியது ஞாபகம் வந்தது.

அவள் திருக்கோயில் பயிற்சிக்குச் சென்ற போது விடுதியில் இருந்த கன்னிகா உன்னை மதமாற்றம் செய்து விடுவார்கள் என்றார்.

"நீ செய்ய வேண்டிய வேலையை அவர்கள் செய்வதா" என்றாள்.

"அதெல்லாம் யாருக்குமான வேலையில்லை. மனம் மாறுவதுதான் கடவுளுக்கு அருளும் நற்செய்தி" என்றாள்.

அன்னை மாமரியே
ஆருயிர்க்கெல்லாம் தாய் மரியே அன்னை என்றால் கருணையே
அம்மா மரியே
ஆதரிப்பாய் எம்மையே

என்று அவளின் வாய் முணுமுணுத்துக்கொண்டது.

மதனின் குறுஞ்செய்தி அவளின் கைபேசியில் இருந்தது.

"நாளை பயிற்சி முடிகிறது எனக்கு" தனது பத்திரிகை சார்ந்த எழுதும் பயிற்சி எப்போதும் முடியப்போவதில்லை. தொடர்ந்த எழுத்தே நல்ல பயிற்சிதான் என்று சொல்லிக்கொண்டாள் கிறஸ்டி.

★★★

24

அந்தத் தொட்டிச்செடி வீதியில் அனாதையாகக் கிடந்தது. பிரவாஹா மருத்துவமனையில் வேலை செய்து வந்த தாதியொருவர் கொரானாவால் பாதிக்கப்பட்டு இறந்து விட்டார். கொரானா காலத்தில் திறந்திருந்த அபூர்வமான மருத்துவமனைகளில் அதுவும் ஒன்று.. அவர் மரணத்திற்குப்பின் அவரது வீட்டார் வேறு இடத்திற்குக் குடிபோக சாமான்களையெல்லாம் அடுக்கினார்கள் ஒரு டெம்போவில்.

“இந்தச் செடியையெல்லா கவனமாப் பாத்துப்பா. அவ தொட்டிச்செடிதா ஆனா மண்ணெ மாத்தி உரம் போட்டு கவனமாப் பாத்துக்குவா. அவளை கவனமாப் பாத்துக்க முடியாமெ போயிட்டா.”

சின்னதாய் இருந்தத் தொட்டிச்செடிகள் டெம்போவினுள் அடைபட்டுப்போயின. கொய்யாச் செடியொன்று நீளமாக வளர்ந்திருந்தது. அதைச் சிதைக்காமல் டெம்போவினுள் வைக்க முடியவில்லை. எங்காவது முறிபடும் அல்லது சிதையும். எனவே டெம்போவில் அடைபடாமல் கீழேயே கிடந்தது. இரண்டு கோழிகள் கரக்முரக்கென்று சத்தம் போட்டுக்கொண்டிருந்தன. அவற்றின் கால்களைக்கட்டி டெம்போவினுள் எறிந்து விட அவை கமுக்கமாக இருக்கப் பழகிக்கொண்டன.

நீளமான தொட்டிச்செடி மட்டும் தனித்து நின்று விட்டது. அதை வீதியில் விட்டு விட்டு டெம்போ கடகடச் சத்தத்துடன் கிளம்பிச் சென்றது.

“இப்படித்தான் இன்னிக்குப் பயிற்சி முடிஞ்சு நாமெல்லா பேக்கப் ஆகப்போறம்” ஜெயபால் வேடிக்கை பார்த்துக்கொண்டே சொன்னார்.

“ஆனால் அடுத்தடுத்தப் பயிற்சியப்போ சந்திக்கத்தான் போறம்”.

“செரி... மனிதருள் எத்தனை வேறுபாடுகள்”

“ஏழு”

“என்னென்ன”

“ உருவம், குணம், அறிவின் உயர்வு, சீர்த்தி, உடல் வலிமை, சுகம், செல்வம்”

“மனிதருள் வேறுபாட்டுக்குக் காரணங்கள் எத்தனை”

“ பதினாறு”

“ என்னென்ன”

“கருவமைப்பு, உணவு வகை, காலம் தேசம், கல்வி, தொழில், அரசு, கலை, முயற்சி, பருவம், நட்பு, சந்தர்ப்பம், ஆராய்ச்சி, ஒழுக்கம், பழக்கம் வழக்கம்”

“சரி வேறுபாடுகள் ஏழுக்கு ஏழு பேர் தனியா நில்லுங்க. யார் வேணும்ன்னா நிக்கலாம். நின்னுட்டீங்க. சரி பதினாறு காரணங்களுக்கு பதினாறு பேர் அவங்களுக்கு எதிரா நில்லுங்க.. என்ன ஆள் குறையுது. நாலஞ்சு பேர் வர்ல போல இருக்கே. இன்னிக்குக் கடைசி நாள் பயிற்சி முடிஞ்ச சர்பிகேட் தர்ற நாள். சிலர் தவற வுட்டுடாங்களே. இன்னிக்கு ஒரு மணி நேரம் பயிற்சி அதிகமா இருக்கும் இடையிலே விசேசமா சுண்டல் இருக்கு. இடையிலெ சுண்டல் சாப்புட்டுப் பசியாறிட்டு மறுபடியும் பயிற்சியிலெ இருக்கலாம். வராதவங்க சர்டிபிகேட் மட்டுமில்லே. சுண்டலையும் மிஸ் பண்றாங்க. சுண்டல் சமையல் ரூம்லே சோமு பண்றது வாசம் வருதில்லெயா. கொரானாக் காரங்களுக்கு வாசம் தெரியாது. நம்மள்ளே யாரும் கொரானா புடிக்கலே. புடிக்க முடியாது”

பனியன்கம்பனிக்காரர் வேல மூர்த்தி ஒரு திருமணம் என்று சொன்னாராம். அவரின் கம்பனியில் வேலை செய்து வந்த ஒரு வடக்கத்தியப் பெண்ணைத் திருமணம் செய்து கொண்டார். அந்தப்பெண் பீகாரிலிருந்து வந்தவள். கொரானா பாதிப்பு அதிகமானதால் அவளுடன் வாழ்ந்து வந்தவன் ஊருக்குப்போகிறேன் என்று அந்தப்பெண்ணை விட்டு விட்டு போய்விட்டான். அந்தப்பெண் அனாதையாய் தவிக்க வேல மூர்த்தி அன்று கோவிலில் திருமணம் செய்து வைத்திருக்கிறார். அதனால் வேல மூர்த்தி வரவில்லை

சங்கரிக்கு மாதவிலக்குப் பிரச்சனை தொடர்ந்து இருந்து கொண்டே இருந்தது. இந்தப் பயிற்சிக்கு வந்த அவள் உடம்பில் ஏதோ நல்ல மாற்றங்கள் ஏற்படுவதாய் நினைத்தாள். இன்று மாதவிலக்கு வந்து விட்டது. எல்லாம் சரியாகி விட்டதாக நினைத்தாள். அதனால் அவள் வரவில்லை

தினந்தோறும் பயிற்சிக்குத் தாமதமாக வரும் சதிஷின் தாத்தா காவல்துறையினரிடம் மாட்டியிருந்தார். அவர் குடும்பமே “சொப்பு” (இலை)க்குடும்பம் என்ற வழக்கத்தில் மாட்டிக்கொண்டதுதான். கஞ்சா இலை விற்கும் தொழிலை அவனின் தாத்தா வைத்திருக்கிறார் சில வருடங்களுக்கு முன்பு. கொரானா காலத்தில் வருமானம் போதிய அளவு கிட்டவில்லை என்று பல ஆண்டுகளுக்குப்பின் அதை ஆரம்பித்திருக்கிறார். காவல் துறையில் மாட்டிக்கொண்டார். அவரைக் காவல்துறையிலிருந்து மீட்கும் வேலையில் சதீஷ் இரவைக் கழித்திருக்கிறான் அதனால் வரவில்லை.

ஹரீஷின் பாட்டி இறந்து விட்டார். முதுமையா. கொரானா பாதிப்பா என்று சரியாகத் தெரியவில்லை என்றார்கள். அதனால் ஹரிஷ் வரவில்லை .

“முந்தி பழைய காலத்திலெ கப்பலே தேவாங்கை வச்சிருப்பாங்க. காம்பஸ் இல்லாத காலத்திலெ. கப்பல் எந்தத் திசையிலெ போகுதுன்னு தெரிஞ்சிக்கறதுக்கு. தேவாங்கு வடக்கு திசை பாத்துதா உட்காருமாமா. நாம உடல், உயிர், சீவகாந்தம், கருமையம், மூளை,உள்ளம், மனம், புலன்கள் எல்லாமும் ஒரே திசையிலே கொண்டு போறதக்கானப் பயிற்சியிலெ மும்முரமா இருக்கும் “

சுண்டலும் சுக்குக்காப்பியும் கொஞ்சம் ஆசுவாசமாக இருந்தன. வழக்கமான இரண்டு மணி நேரப்பயிற்சி. இன்றைக்கு அரைமணி நேரமோ, ஒரு மணி நேரமோ அதிகமாகும்.

“சூப்பு சோமு சுண்டல் சோமு ஆயிட்டார் இன்னிக்கு. சுண்டல் அவ்வளவு ருசி. அதுலே தேங்காய்த்துவையலும் பச்சை மொளகாயும் கூடப்பெசலா இருக்கு. என்ன சோமு அண்ணா கையிலெ”

“இது ஒரு புது மோதிரம். இதிலெ நாலு கல்லு இருக்கு. ஒண்ணு அர்ஜைண்டைனா, இன்னொன்னு மொசாம்பிக், இன்னொன்னு ஆப்ரிக்கா. இதெப் போட்டிருந்தா எல்லா சவுரியமும் வரும். உடம்பும் கட்டுப்பாட்டிலே இருக்கும்”

“அப்போ இந்தப் பயிற்சிக்கு வந்துருக்க வேண்டியதில்லெயே. சூப்பும், கபசுரக் குடிநீரும், சுண்டலும் பயிற்சியும் தேவையில்லையே”

“அதுவும் வேணும். இதுவும் வேணும். வர்ற ஞாயிறு நம்ம தேவரிஷி சமாதி இருக்கற பறளியாத்துக்கு ஒரு நாள் டூர் போறம். கடைசியா பயிற்சி எடுத்த ரெண்டு பேட்ச்க போலாம்”

“என்ன மதன் யோசனை”

“எனக்கு ஒரு மோதிரம் கெடைக்கப்போகுது. டிவியிலெ பேய் மாளிகை நிகழ்ச்சி வரப்போகுது. சவுந்தர்யா டிவியிலெ. பேய் மாளிகையிலெ போய் தங்கறதெ லைவ்வாக் காட்டப்போறாங்க. அதிலெ போய் கலந்துக்கப்போறன். இதெ விட பெரிய மோதிரம் கெடைக்கப் போகுது”

“துணைக்கு யாராவதைக் கூட்டிட்டுப் போவீங்களா. டீவிக்காரனுக எல்லாத்துக்கும் எளசா பொண்ணுகளெ வெச்சுப்பாங்களே. சத்தமாப் பேசாதீங்க. சுண்டல் சாப்படறதிலெ முசுவா இருக்கறப் பொண்ணுக காதிலெ விழப்போகுது. எளசு, இளமைன்னு ஏதாச்சும் தப்பா வார்த்தை வந்துரப்போகுது”

“ஆம்.. இல்லெ ஓம்.. இல்லே ஆம்”

"என்ன ஆம்.. ஓம்ன்னு.."

"ஜக்கி வாசுதேவ் சொல்றார் ஓம்ன்னு தமிழர்கள் இந்தப் பயிற்சிகளே சொல்றது சரியில்லே ஆம்ன்னு சொல்றதுதா சரின்னு சொல்றார்."

"எல்லாத்துக்கும் ஆம்ன்னு சொல்லிக்கறது நல்லதா. அதுவும் வீட்லே பொண்டாட்டிகிட்ட ஆம் ஆம்ன்னு சொல்லி காலம் கடத்தறது ரொம்பவும் நல்லது"

"ஆம்.. ஆம்.. ஆமென்"

"என்ன ஆமெல்லாம் வருது."

"பயிற்சியிலெ சேந்த கிறிஸ்டி ஞாபகம்"

"அவங்க அந்நியர் ஆயிட்டாங்க ஒரு நாள்தா வந்தாங்க."

"பயிற்சி முடிஞ்சப்பறம் நாம எல்லாரும் அந்நியர்களா"

"இல்லே. முந்தி அந்நியர்களா இருந்தோம் இனி எல்லாரும் நண்பர்கள். நமக்கு அந்நியமாக வேண்டியது போதை, போர், பொய், பகை.. அந்த நான்கு சுவர்கள்தா"

"ஆமென்"

★ ★ ★

25

"டான்ஸ்"

"பிடிக்கும்"

"ஸ்வீட்ஸ்"

"பிடிக்கும்"

"மட்டன்"

"ரொம்பப் பிடிக்கும்"

"லட்டு"

"பிடிக்கும்"

"வெள்ளை உடை"

"பிடிக்காது"

"அது தேவதை டிரஸ் இல்லியா"

"விதவைகளின் உடை, கன்னியாஸ்திரிகளின் உடைங்கறதுனாலே பிடிக்காது"

“செரி.. குட் பை”

“இப்போ குட் பை சொல்லிக்கலாமா.”

“இப்பத்திக்கு வேண்டாம், அடுத்து உங்க முறை”

பறளியாறு அணைப்பூங்கா சிமெண்ட் பெஞ்சில் மதனும் கிறிஸ்டியும் எதிர் எதிரே உட்கார்ந்திருந்தார்கள். கீழே பசுமையாய் புல்வெளி நீண்டு கொண்டே இருந்தது. செடி கொடிகள் மரங்கள் எங்கும் வியாபித்துக் குளுமையைக் கொண்டு வந்திருந்தது. அணையின் நீர் விழும் சத்தம் ஓயாத அலை போல் இருந்து கொண்டே இருந்தது. குழந்தைகளின் கிறிச்சிடல் தொடர்ந்தது.

“கைதட்டல்”

“பிடிக்கும். கொரானாவுக்கும் கைதட்டுனமே”

“ஜன்னலில் பார்த்தல்”

“பிடிக்கும். ஆனா யார் வீட்டு ஜன்னலுங்கறது முக்கியம்”

“பெயிண்டிங்”

“பிடிக்கும்”

“ஸ்கூல்”

“பிடிக்காது”

“ஏன்.”

“படிப்பு பயம்தான்”

“வீட்டுப்பாடம்”

“புடிக்காது. ஸ்கூலே பிடிக்காதப்போ வீட்டுப்பாடம் எங்க புடிக்கும்”

“பை... பை...”

“பிடிக்காது. பை பை ஸீ யூ தா பிடிக்கும்”

சின்ன மரக்குச்சிகளை வைத்து இரண்டு இஞ்ச்க்கு இரண்டு இஞ்ச் சிலுவை செய்தாள். அதைப்பார்த்துக் கொண்டே இருந்தாள்.

வேக்கடலை, சுண்டல் என்ற கூவலுடன் நான்காவதாய் ஒரு ஆள் அவர்களைக் கடந்தார்.

“மூணு பசங்க கடந்துட்டாங்க. நாலாவதா இந்த அம்மா வந்துருக்காங்க. வாங்கித்தா ஆகணும்”

“வாங்கிக்கலாம். என்னம்மா.. கொண்டாங்க. ஒரு நாளைக்கு எவ்வளவு கெடைக்கும் இதிலே. சுண்டல் ரெண்டு பொட்டலம் குடுங்க”

முதியவளின் முகத்துச் சுருக்கம் அவள் பூசியிருந்த மஞ்சளில் மறைந்து போனது. சூரியகாந்திப்பூ போல் இருந்தாள்.

"சனி ஞாயிறுன்னா ஐம்பது எழுபத்தஞ்சுன்னு.. மத்த நாள்ன்னா முப்பது நாப்பது"

"டெய்லியா"

"வாரம் நாலு நாள்... கொரானாவுலே கூட்டம் கொறஞ்சிருச்சே"

"திருக்கோயில் கடைசி நாள் சுண்டல் நல்ல ருசியா இருந்துச்சு. நீங்க அது மாதிரி மிஸ் பண்ணீட்டீங்க"

கடைசியாகப் பயிற்சி எடுத்த இரண்டு குழுவினரை பறளியாறு ஒரு நாள் சுற்றுலாவுக்கு அழைத்திருந்தார்கள். அந்தப் பயிற்சியாளர்களின் பழைய பட்டியலில் கிறிஸ்டி பெயரும் இருந்ததால் அழைப்பு வந்தது. பயிற்சிக்கு ஒரு நாள் மட்டும் சென்றது பற்றி அவள் சொல்லவில்லை. பறளியாறு பார்த்ததில்லை. வருவதாய் சொல்லி விட்டாள். முந்நூறு ரூபாயில் ஒரு நாள் சுற்றுலா.

பேருந்தில் மதன் கிறிஸ்டியைப் பார்த்தபோது ஆச்சர்யமாக இருந்தது. ஐம்பது பேர் அந்தப் பேருந்தில் இருந்தார்கள். ஏறத்தாழ எல்லோரும் முகக்கவசம் அணிந்திருந்தார்கள்.

பறளியாறு திருக்கோயில்களின் தலைமை இடம் அவளுக்கு எழிலின் பிறப்பிடமாக எங்கும் பசுமையாய் இருந்தது. சுற்றிலும் மலைகள். பெரிய பெரிய பாறைகள். ஒரு சுற்றுலாவுக்கான இடத்தை இப்படி வடிவமைத்திருப்பது அவளுக்குப் பிடித்திருந்தது. தியான மண்டபத்தில் எல்லோரும் அமைதியாக தியானத்தில் உட்கார்ந்த போது அவர்கள் இருவரும் வெளியே வந்து விட்டார்கள். தேவரிஷி பயன்படுத்தியப் பொருட்களைக்கொண்ட கண்காட்சியைப் பார்த்தார்கள். அகலமானப் புல்வெளிகள் எங்குமாயிருந்தன. மரங்களின் வளர்ச்சி தடைபடாததாக இருந்தது. ஏகப்பட்ட தங்கும் அறைகள், சமையல் கூடங்கள் வெவ்வேறு விரிவுரை மண்டபங்கள். மடிப்புமடிப்பாய் வீடுகள் மேட்டுப் பகுதிகளில் இருந்தன. மாலை ஆறு மணிக்கு எல்லோரும் கேட் அருகே வந்து விட வேண்டும் என்று சொல்லியிருந்தார்கள். அதுவரை சுற்றிப்பார்க்கலாம்.

அணையின் பின்புறப்பகுதியாய் நீர் விரிந்து கிடந்தது. அலையலையாய் அடித்து நீர் விலகி அழகுகாட்டியது. பெருத்த மரங்களின் இடையில் தெரிந்த அணைநீரின் பரப்பு ஓவியம் போல் இருந்தது.

இடது புறம் திரும்பியபோது அந்தச் சிறுவன் கண்ணில் பட்டான். ஓவியத்தில் ஈடுபட்டிருந்தான். வெள்ளைக் கேன்வாஸ். அது மரக்கிளைகளில் ஒடிக்கப்பட்டத் துண்டுகளால் நாலாபுறமும்

கட்டப்பட்டிருந்தது. மரச்சட்டம் இல்லை. கீழே விரிந்திருந்த இன்னொரு பழைய கேன்வாஸில் சில வர்ணங்கள் கலவையாய் இருந்தன. செயற்கை வர்ணங்கள் அல்ல. வர்ண பெயிண்ட் டியூப்கள் அல்ல. சுற்றிலும் இலைகள் கிடக்க அதிலிருந்து பிழியப்பட்டது போலிருந்தது.

“வெட் குட் பாய். என்ன பிரேம்மேக் காணோம்”

“பெயிண்ட் கூடக் காணோமே. வீட்லே காசு குடுக்கலெ அதுதான், மரக்கிளைகளெ ஒடிச்சி பிரேம் பண்ணினன். இலைகளெ கலரா மாத்துனன். போதும் பெயிண்ட் பண்றதுக்கு இதுக்கு மேல் என்ன வேணும்”

“என்ன படிக்கறே”

“எட்டாவது”

“குட். எவ்வளவு தன்னம்பிக்கை. பெயிண்டிங்க் முடிஞ்சப்புறம் நான் பார்க்கணும். தம்பி சின்ன கிப்ட் வாங்கிக்க”

கிறிஸ்டி கொடுத்த ஐம்பது ரூபாயைப் பெற்றுக்கொண்டான்.

அங்கிருந்து அடுத்த பேருந்து நிலையத்தின் எதிரில் இருந்தது பறளியாறு அணைப்பூங்கா.. பனிரெண்டு மணியிலிருந்து ஒரு மணி நேரம் சிறப்பு விரிவுரை ஒன்று இருக்கும் என்றார்கள். எல்லாவற்றையும் விலக்கி விட்டு அவர்கள் இருவரும் வந்து விட்டார்கள்.

நான்கு கி மீட்டருக்கு முன்பு ஒரு இடத்தில் பேருந்து முட்டித்தள்ளி ஒரு வயதானவரும் ஒரு எருமை மாடும் சாலையோரத்தில் கிடந்தன. ஏகதேசம் அவர்கள் இறந்து விட்டார்கள். பேருந்திலிருந்து இறங்கியவர்கள் விபத்தை படமெடுத்துக் கொண்டார்கள் பலர் செல்பியாக படங்களை எடுத்துக் கொண்டார்கள். கிறிஸ்டி அங்கிருந்தவர்களிடம் கேள்விகளைக் கேட்டுக் கொண்டிருந்தாள்.

“பத்திரிகையாளன் புத்தி எங்கையும் வேலை செய்யும்”

“கியூரியாசிட்டிதா. இதை ரிப்போர்ட் பண்ணமுடியுமா பத்திரிகைக்கு. வேற ஏரியா இது. யாராச்சும் உள்ளூர் ரிப்போர்ட்டர்ஸ் வந்திருவாங்க”

அவர்கள் இருவருக்கும் அந்தப் பறளியாறு திருக்கோயிலில் வள்ளலார் சிலை தனித்திருந்தது மிகவும் பிடித்திருந்தது. யாரும் அதைக்கண்டு கொள்ளாதது போல் வள்ளலார் மண்டபம் இருக்கும் இடத்தில் கூட்டமில்லை.

சுண்டல் சாப்பிட்ட கிறிஸ்டி சுண்டல் பொட்டலத் தாளை சுருட்டி குப்பைக்கூடையை நோக்கி எறிந்தாள். ஒரு குரங்கு பொம்மை

தன் உடம்பில் பெரியகுப்பைத் தொட்டியைக் கட்டிப்பிடித்திருந்தது. சுருட்டி எறிந்த தாள் சரியாக குப்பைத் தொட்டியில் விழுந்தது. சிமெண்ட் பெஞ்சில் கிடந்த மினரல் வாட்டர் பாட்டிலை எடுப்பதற்காய் பார்த்தாள். அதன் உள்ளிருந்து கரப்பான் பூச்சியொன்று அவசரமாய் வெளியேறியது. சை என்று தட்டி விட்டாள்.

"நல்லவேளை தண்ணி தீர்ந்து போச்சு."

"இருந்ததையெல்லா அது குடிச்சிருக்கும் போல"

மூடியைப் போட்டு அதை வெகு விசையுடன் எறிந்தான் மதன். அது இலக்கற்றுப்போனது போல் குப்பைத் தொட்டிக்கு பக்கம் போய் விழுந்தது.

"வேற என்ன பாக்க இருக்கு"

"இந்தப் பக்கம் போனா குரங்கருவி.. சாரி அது பேரு மாத்திட்டாங்க இப்போ. கவியருவி. இன்னம் மேலே போனா அட்டக்கட்டி, அப்புறம் வால்பாறை"

"அய்ய். வால்பாறை பக்கந்தானா. அட்டகட்டியும்.. மலைவாசிகளும் கேள்விப்பட்டிருக்கேன். அய்யப்பனும் கோஷியும் படம் பார்த்திருக்கேன் அதனாலே தெரியும்"

"அது அட்டப்பாடி. இது அட்டகட்டி. இங்கியும் நல்ல இடங்கள் இருக்கு. வேற அந்தப் பக்கம் போனா ஆனைமலையிலிருந்து டாப் சிலிப் போலாம். அருமையான எடம்"

"அட.. எல்லாமே பக்கமாத்தா இருக்கு. இந்தப் பக்கம் வர்ற சான்ஸ் மறுபடியும் கெடைக்குமா போலாம் மதன். நான் வெளி மாவட்டத்துக்காரி. இங்கெல்லா வர்றது அபூர்வம். நல்ல சான்ஸ்"

"அஞ்சு மணியாச்சு. ஆறுமணிக்கு நம்ம பஸ் பொறப்படும்"

"அது கெடக்கட்டும். அவங்க போகட்டும்."

"போறதுன்னா எங்க"

"டாப் சிலிப்தா. பர்ஸ்ட் பிரியாரிட்டி"

"டாப் சிலிப்புக்கு பஸ் புடிக்க ஆனைமலை போகணும். ரொம்ப கொறச்சலாத்தா பஸ் இருக்கும். இந்த நேரத்துக்கு மேல மலைக்கு போக முடியாதே"

"அப்போ காலையிலதா செலவு நான் போட்டுக்கறேன்."

"இங்கதா தங்கறமா. ரூமெல்லா கெடைக்கும்"

அவர்கள் அருகில் வந்து நின்ற நாற்பது வயது பெண்ணின் வலது கையில் இரு பொட்டலங்கள் இருந்தன.

“சிக்கன் பிரியாணி. அம்மா வீட்லே செஞ்சது. நல்லா இருக்கும்”

“மதன் வாங்கலாமா”

“சிக்கனா இருந்தா பரவாயில்லே. காக்கா பிரியாணியா இருந்துரக்கூடாது”

“என்ன தம்பி விவேக் மாதிரி ஜோக் அடிக்கிறீங்க. வீட்லே பண்ணது. எங்களுக்கும் சேர்த்துதா பண்ணுவம். நல்ல ருசியா இருக்கும்”

ஒரு பொட்டலத்தினைப் பிரித்தான் மதன்.

“சாதம் ஒரு கையளவுதா இருக்கும் ஒரு கை உணவில்”

“ஆயிரம் விசயங்கள். ஆயிரம் அரசியல்”

★★★

26

“**சூ**ரியன் உதிக்கிறதா இல்லை மறைகிறதா”

“என்ன காலையிலேயே கலக்கமா. ராத்திரியிலெ தெளிவு வர்லியா” வானத்தில் பறந்து கொண்டிருந்த புறாக்களைப் பார்த்து கிறிஸ்டி பால்கனியிலிருந்து கையிலிருந்த பாப்கார்ன் துணுக்குகளை அவற்றை அவை எட்டி விட வேண்டும் என்பது போல் வீசினாள்.

“அது எங்கைக்கோ பறக்குது எட்டுமா”

“அதுகளுக்குப் போட்டம்ன்னு ஒரு ஆறுதல். நேத்து சொன்னமே ஒரு கை உணவு. அது அவங்களுக்கும் சொந்தமானது”

விடுதியின் கீழ்ப்புறத்தில் பத்து பேர் கொண்ட சுற்றுலாக்குழு வட்டமாக நின்று கொண்டு கை, கால்களை அசைத்து வினோதமாக சத்தங்களை எழுப்பிக்கொண்டிருந்தார்கள். சட்டெனச் சிரிக்க ஆரம்பித்தார்கள். குலுங்கிக் குலுங்கி விதவிதமாய்ச் சிரித்தார்கள்.

“ஏதோ லாப்பிங் தெரபி போல இருக்குது”

“நம்மளதும் லாப்பிங் சமாச்சாரமோ என்னமோ”

“என்ன அப்படியெல்லாம் குற்ற உணர்வு வந்திருச்சோ. ஒரு ஆம்பளையும் பொம்பளையும் ஒண்ணாத் தங்கறது அப்பிடியென்ன சிரிக்கற சமாச்சாரமா”

கீழே இருந்த கேக் கடையில் ஏதோ களேபரம் ஆகுவது போல் கவனம் பெறும் அளவில் சலசலப்பு வந்தது. அந்த விடுதியின் கீழ்ப்புறத்தில் சாப்பாட்டுக்கடை. தின்பண்டங்கள் கடை, பேன்சி

பொருள்கடை, கேக் கடை என்று விதவிதமாய் அமைந்திருந்தது. கேக் கடையின் முன் இருந்த நாலைந்து பேர் பரபரப்பாய் இருந்தனர். நாற்காலி, மேசைகளின் இழுபடும் ஓசையும் சேர்ந்து அந்தக் களேபரத்தைக் காட்டிக் கொண்டிருந்தது.

அந்த குடும்பக்கும்பல் கேக் கடையிலிருந்து ஒரு வட்டமாகக் கேக்கை வாங்கியிருக்கிறார்கள். அந்த வட்டக்கேக்கின் மத்தியில் ஒரு சிறு குழந்தை உருவம் இருந்தது. ஏழெட்டு வயதுப் பெண் அந்த உருவபொம்மை இருக்கும் பகுதிக் கேக்கை எடுத்துச்சாப்பிட்டாள். அந்தக் குழந்தை உருவத்தையும் விழுங்கி விட்டாள். அந்த உருவம் ஏதோ பிளாஸ்டிக்கால் செய்தது என்று அப்பெண்ணின் அம்மாவுக்குச் சந்தேகம் வந்துவிட்டது. துப்பு துப்பு என்று அப்பெண்ணின் தலையில் தட்டி களேபரப்படுத்த ஆரம்பித்து விட்டாள். அந்தப் பெண் விழுங்கி விட்டதாகச் சொன்னாள். அய்யய்யோ விழுங்கிட்டியா. இங்க பக்கத்திலெ டாக்டர் எங்க இருக்கார் என்று தாறுமாறாய் ஓட ஆரம்பித்தாள். அவளுடன் சிலர் சேர்ந்து கொண்டு அப்பெண்ணின் வாயைத் திறக்கச் சொன்னார்கள். அந்தப் பெண்ணும் வாயைத்திறந்து காட்டியது.

“உலகமே தெரியுது. பொம்மையைக் காணம்”

“உலகத்திலெ நாம இருக்கம். பொம்மை காணாமப்போகுமா” திமுதிமுவென்று மாடியிலிருந்து சிலர் ஓடி வந்து அப்பெண்ணைச் சுற்றிக்கொண்டார்கள். வாயைத்திற...

வாயைத்திற என்று கத்தினார்கள். சிலர் அப்பெண்ணின் தலையில் லேசாகத் தட்டிக்கொண்டே இருந்தார்கள்.

“நாந்தாங்க கேக் கடைக்காரன். ஒரு நிமிசம் கேளுங்க” என்றபடி ஐம்பது வயது நரைத்த தலைமுடிக்காரர் வந்து நின்றபடி சொன்னார். அவரின் இரு காதுகளிலும் கம்மல் போட்டிருந்தார். புசுபுசுவென்று அவர் வாயிலிருந்து காற்று வந்தது. கன்னங்கள் உப்பியிருந்தன. கேக் கடையின் எல்லாக் கேக்கையும் சாப்பிட்டு குண்டானவர் போல் இருந்தார்.

“நாந்தாங்க கேக் கடைக்காரன். கேக்குலெ இருந்த பொம்மையும் கேக்குதா. மாவுலே இனிப்புலே செஞ்ச உருவம்தான். அது பிளாஸ்டிக்கோ இல்லெ. காகித பொம்மையோ இல்லை. பயப்படாதீங்க. கேக்குலெ அப்பிடியெல்லா வெக்க மாட்டோம். போதுமா. இந்தக் களேபரத்தை நிறுத்துங்க” அந்தப் பெண் திருதிருவென்று விழித்து தலையைக் குனிந்து கொண்டாள். கூட்டம் மெல்லக் கலையத் துவங்கியது.

“இந்தக் களேபரம் மாதிரிதா உங்க நெனப்பும். என்னமோ ஏதோ தப்பா நடந்துட்ட மாதிரி”

"ஓகே. நன்றி கிறிஸ்"

மிரண்டிருந்த சிறு பெண்ணை யாரோ சுகர் பேபி என்றழைத்தார்கள்.

"சுகர் பேபி நல்லாயிருக்கில்லே"

"ஏன் நீங்களும் அப்பிடிக் கூப்புட ஆசையா"

"எஸ்.. சுகர் பேபி." லாப்பிங்க் தெரபிலிருந்து விடுபட்ட கும்பல் எல்லாரும் வாங்க கொஞ்சம் நடக்கலாம் என்று கைதட்டி மாடியில் இருப்பவர்களையும் அழைத்தார்கள்.

"நாமளும் அவங்க கூடப் போகலாம்"

அந்தக் கும்பல் எதை எதையோ சொல்லிச் சிரித்துக்கொண்டே முன்புறம் சென்றார்கள். அணையின் தண்ணீர் வாய்க்காலில் புரண்டு ஓடிக்கொண்டிருந்ததை வேடிக்கைப் பார்த்தார்கள். மரங்களூடே தென்பட்ட அணையின் நீர்ப்பரப்பை பலர் படம் பிடித்தார்கள். படர்ந்திருந்த செடிகொடிகளைத் தடவிக்கொண்டே சென்றார்கள்.

சட்டென சோளக்காடொன்று முளைத்தது போல் அதனுள் நுழைந்தார்கள்..சோளத்தட்டுகளை கையிலெடுத்துக்கொண்டார்கள். அடிப்பகுதியில் வெட்டியிருந்ததைக் குனிந்து தொட்டுப்பார்த்தார்கள்..

வேப்பமரத்தடியிலொரு சேலைத் தொட்டிலில் ஒரு குழந்தை தூங்கிக்கொண்டிருந்தது. அதனருகில் உட்கார்ந்திருந்த ஒரு பெண் குழந்தைக்கு முலைப்பாலை ஊட்டினாள். கும்பலைப்பார்த்து மார்புச்சேலையைச் சரிசெய்து கொண்டாள். களையெடுத்துக் கொண்டிருந்தவர்கள் கும்பலைப் பார்த்து விட்டு அவரவர் வேலைகளைத் தொடர்ந்தார்கள்.

அங்கங்கே சோளக்கொல்லை பொம்மைகள் வெவ்வேறு விதமான வர்ண சட்டைகளைப் போட்டுக்கொண்டிருந்தார்கள். அவைகளின் தலையில் மண் சட்டிகள் கவிழ்க்கப்பட்டு கண், வாய், மூக்கு என வரையப்பட்டிருந்தன. அவற்றின் கைகள் மென்மையாக இருந்து ஏதேதோ திசைகளைக் காட்டின. கும்பல் சோளக்கொள்ளை பொம்மைகாட்டும் திசைகளில் புதையல் தேடிப் புறப்படுபவர்கள் போல் சென்று கொண்டிருந்தார்கள்.

பனைமரங்கள் அடர்ந்த ஒரு இடத்தில் இருந்த பாறை மேல் ஏறி உட்கார்ந்தாள் கிறிஸ்டி. கைபேசியைப் பார்க்க ஆரம்பித்தாள்.

"என்ன வாட்ஸ் அப் புதையலா"

"இல்லை பேஸ் புக்.. என் பேஸ்புக் அய்டி உங்களுக்குத் தர்லே... தருவேன்"

எதிரிலிருந்து நீர்ப்பரப்பினை நோக்கி ஒரு கல்லை எறிந்தான் மதன். நீரில் நான்கைந்து இடத்தை அது தொட்டு பின் மறைந்தது. அது உண்டாக்கிய நீர்க்குமிழிகள் சட்டென மறைந்தன.

பனையோலை ஒன்றை எடுத்துக் கிழித்து கருவேலமுள் ஒன்றைத் தேடி எடுத்து காற்றாடியாக்கினான். கொஞ்ச தூரம் ஓடி அதை வேகத்துடன் இயக்கினான்.

மண்ணில் காலடித்தடங்கள் அழுத்தமாய் பதிந்த பாதையில் கொஞ்ச தூரம் நடந்தான். காலடித்தடங்கள் நீண்டு கொண்டே இருந்தன. கிளை விட்டது போல் விரிந்தும் சென்றன.

தூரத்தில் ஒரு வாட்ச் டவர் தெரிந்தது. தூரத்துப்பார்வையில் குச்சியான மரங்களின் மீது ஒரு செவ்வக வடிவிலான தடுப்பு அறை தென்பட்டது. அடையாளம் தெரியாதபடி ஒருவன் தென்பட்டான். ஏதோ உருவம் அசைகிறது. என்ன உடை, என்ன வர்ண ஆடை, என்ன மாதிரியான ஆள். எதுவும் தெரியவில்லை, தனித்த வாழ்க்கை. தனிமை கூட சுகம்தான். இப்படி எல்லாவற்றையும் விட்டு விட்டு தனியாய் வந்திருப்பதிலும் அமைதியும் கொஞ்சம் மகிழ்ச்சியும் இருந்ததை உணர்ந்தான்.

“அந்த வாட்ச் டவர் மனுசன் அதிர்ஷ்டசாலியாக இருப்பான். தனிமை. யார் தொந்தரவும் இல்லாமெ இருக்கறது சுகம்தான்”

“அவனுக்கு பிரச்சனை இருக்கும். இக்கரைக்கு அக்கரைப் பச்சை”

கிறிஸ்டியின் கை பேசியை எட்டிப்பார்த்தான்.

“குரோ அப்... வேக் அப்” என்ற ஆங்கில வார்த்தைகளில் ஒரு இளம் பெண் சிரித்துக் கொண்டிருந்தாள்.

“இது நீங்கில்லெ”

“ஆமா... ஹாலிவுட் நடிகை இவங்க”

“புதுசா என்ன செய்தி வந்திருக்கு”

“உம்.. என் ரூமுக்கு ஒரு ஆள் கேட்டிருந்தேன். மாணவியா இருந்தா நல்லதுன்னு. ரூம் ஷேரிங். வாடகையை ஷேர் பண்ணிக்கலாமுன்னு. வாடகை தாஸ்திதா. ஒருத்தர் போன் நெம்பர் போட்டிருக்கிறார், அப்புறம், நான் பார்சல் புட் ஆர்டர் பண்ற கம்பனி வாழ்த்து தெரிவிச்சிக்கிறது. எதுக்குன்னா நான் ஆர்டர் பண்ணுன அயிட்டம், ஆர்டர் நம்பர் தொன்னூத்தி ஒன்பது ஆயிருச்சாமா. நூறாவது ஆர்டர் எப்போ குடுக்கப்போறீங்கன்னு”

“இன்னிக்குக் குடுத்திருங்களே”

“நம்ம ஏரியாவுலே இருக்கு அந்தக் கம்பனி. இங்க சப்ளை பண்ணுவாங்களான்னு தெரியலே”

“சரி இன்னிக்கு என்ன புதுப்பதிவு”

“இங்க வந்தது தங்குனது பத்திதா”

“நைஸ். விலாவாரியாவா”

“தேவையானதை மட்டும் போடுவேன். மகிழ்ச்சியான தருணங்கள் சாதனையிலெ மட்டும் இல்லெ. சின்னச் சின்ன விசயங்களே. புது அனுபவம்ன்னு எழுதிட்டிருக்கேன்”

“நைஸ். நேத்து டாப் சிலிப் போறதுக்குன்னு இங்க தங்குனம். புறப்படலாமா”

“போலாம்”

“டாப் சிலிப்புக்குன்னு வந்து சிலிப் ஆயிட்டமா”

“இது டங் சிலிப். அப்படியெல்லா உறுத்தலா எதையும் வெச்சுக்காதே மதன்”

“தேங்க்ஸ்”

“சில சமயங்கள்லே சில கிறுக்குத்தனங்கள் வாழ்க்கையை சுவாரஸ்யமாக்கும்”

மதன் கையிலிருந்த பனையோலை காற்றாடியை வலது ஆள்காட்டி விரலால் சுண்டி ஓட விட்டான்.. அப்போது அந்தப் பக்கம் வீசிய காற்று அதை இன்னும் வேகமாய் ஓடச் செய்தது.

சுப்ரபாரதிமணியன்

25 நாவல்கள் உட்பட்ட 110 நூல்களை வெளியிட்டிருக்கும் சுப்ரபாரதிமணியன் தொடர்ந்து திரைப்பட விழாக்களில் பங்கு பெறுபவர். கனவு என்ற இலக்கிய இதழை 38 ஆண்டுகளாக நடத்தி வருபவர். மலையாளத்தில் இவரின் 5 நாவல்களை சிந்தா, யுவமேளா, சைகதம் ஆகிய பதிப்பகங்கள் மொழிபெயர்ப்பில் வெளியிட்டுள்ளன.

சிறந்த சிறுகதையாளருக்கான இந்திய ஜனாதிபதி வழங்கிய "கதா விருது" தமிழக அரசின் சிறந்த நாவலாசிரியர் விருது உட்பட பல முக்கிய விருதுகளைப் பெற்றுள்ளார். இவரின் 5 நாவல்கள் வீதம் மலையாளம், இந்தியிலும், 15 நூல்கள் ஆங்கிலத்திலும் வெளிவந்துள்ளன.

6 நூல்களை ஆங்கிலத்திலிருந்து தமிழுக்கு மொழி பெயர்த்துள்ளார். 15க்கும் மேற்பட்ட தொகுப்பு நூல்களின் வெளியீட்டிலும் பங்கு பெற்றவர். இவரின் சமீபத்திய நாவல் "சிலுவை".

சமீபத்தில் இவர் பெற்ற இரு முக்கிய விருதுகள்

2020 ஆண்டிற்கான சிறந்த நாவல் ஒரு லட்சம் பரிசுத் தொகையுடன் "அந்நியர்கள்" எழுத்து அறக்கட்டளை மற்றும் 2021 சார்ஜா புத்தகக் கண்காட்சியில் வழங்கப்பட்ட "புக்கிஷ்" விருது.